Sumamba
sa Espiritu at Katotohanan

Espirituwal na Pagsamba

Dr. Jaerock Lee

*"Subalit dumarating ang oras, at ngayon ng nga,
na sasambahin ng mga tunay na sumasamba
ang Ama sa espiritu at katotohanan;
sapagkat hinahanap ng Ama ang gayong
mga sumasamba sa Kanya. Ang Diyos ay espiritu,
at ang mga sumasamba sa Kanya
ay kailangang sumamba sa espiritu at katotohanan."
(Juan 4:23-24)*

Sumamba sa Espiritu at Katotohanan ni Dr. Jaerock Lee
Inilathala ng Urim Books(Johnny. H. Kim)

235-3, Guru-dong 3, Guro-gu, Seoul, Korea
www.urimbooks.com

Sarili ang lahat ng karapatan. Ang librong ito o mga bahagi nito ay hindi maaaring kopyahin sa anumang porma o pamamaraan o ikalat sa anumang porma o pamamaraan nang walang pahintulot ng naglimbag.

Ang lahat ng talata sa Biblia ay nagmula sa Ang Bagong ang Biblia, © Copyright 2001 Philippine Bible Society, maliban na lang kung mayroong ibang nakasulat.

Karapatan ng May-akda © 2012, Dr. Jaerock Lee
ISBN: 979-11-263-1264-1 03230

Paunang Salita

Pangkaraniwan ang mga puno ng Acacia sa desyerto ng Israel. Ang mga ugat nito ay umaabot sa kalaliman ng lupa para maghanap ng tubig para manatiling buhay. Sa unang tingin, parang bagay lang gawing panggatong ang kahoy nito pero mas matibay at matatag ito kaysa sa ibang puno.

Iniutos ng Diyos na gawin mula sa puno ng Acacia ang Kaban ng Tipan, balutin ng ginto, at ilagay sa Dakong Kabanal-banalan. Isang sagradong lugar ang Dakong Kabanal-banalan kung saan nananahan ang Diyos, ang punong pari lang ang nakakapasok dito. Tulad nito, ang isang taong nagkaroon ng malalim na kaalaman sa Salita ng Diyos na siyang nagbibigay buhay ay hindi lang magsisilbing mahalagang instrumento sa harapan ng Diyos, tatamasa pa siya ng mga masaganang biyaya sa buhay niya.

Ganito ang sinasabi sa atin ng Jeremias 17:8, "Sapagkat siya'y magiging tulad ng punungkahoy na itinanim sa tabi ng tubig, at gumagapang ang mga ugat sa tabi ng batis, at hindi natatakot kapag dumarating ang init, sapagkat ang mga dahon nito ay nananatiling sariwa; at hindi mababalisa sa taon ng pagkatuyo, sapagkat hindi ito tumitigil sa pamumunga." Sa espirituwal na diwa, ang 'tubig' dito ay tumutukoy sa Salita ng Diyos. Papahalagahan ng taong tumanggap ng ganitong klaseng biyaya ang mga pagsamba kung saan ipinapangaral ang Salita ng Diyos.

Ang pagsamba ay isang gawain kung saan ipinapakita ang pagmamahal at respeto bago ang kabanalan. Ibig sabihin, isang gawain ito tungkol sa pagsamba ng mga Cristiano, ipinapakita nila ang respeto, papuri, at pagbibigay luwalhati. Sa panahon ng Lumang Tipan at sa kasalukuyan, hinahanap ng Diyos ang sumasamba sa Kanya sa espiritu at sa katotohanan.

Nakasulat sa Aklat ng Levitico sa Lumang Tipan ang bawat detalye tungkol sa pagsamba. May mga taong nagsasabi na hindi na mahalaga sa panahon natin ang Levitico dahil tungkol ito sa mga kautusan na may kinalaman sa pag-aalay sa Diyos sa panahon ng Lumang Tipan. Mali ang sinasabi nila, dahil ang kahulugan ng mga kautusan sa Lumang Tipan tungkol sa pagsamba ay nakapaloob sa paraan ng pagsamba natin sa kasalukuyan. Tulad noong panahon ng Lumang Tipan, ang pagsamba sa kasalukuyan ay paraan ng pakikipagtagpo sa Diyos. Magagawa nating sumamba sa Diyos sa espiritu at katotohanan sa panahon ng Bagong Tipan kung susundin natin ang espirituwal na kahulugan ng mga kautusan sa Lumang Tipan tungkol sa pagkakaloob, na walang bahid.

Sasaliksikin ng librong ito ang mga aral at kahulugan na ibinibigay ng bawat isang pag-aalay sa malalim na pag-aaral tungkol sa mga alay na sinusunog, mga alay na butil, mga alay na para sa pakikipagkasundo, mga alay para sa pagkakasala, at mga alay para sa masamang asal at kung paano natin gagamitin ito para sa buhay natin sa panahon ng Bagong Tipan. Ipapaliwanag ng librong ito kung paano natin paglilingkuran ang Diyos. Para mas maintindihan ng magbabasa ang mga kautusan tungkol sa pag-aalay o paghahandog, mayroong mga larawan ang librong ito na nagpapakita ng tabernakulo, ng mga bagay na nasa loob ng Santuwaryo, ng Dakong Kabanal-banalan, at ng iba't ibang kagamitan na ginagamit sa pagsamba.

Sinabi sa atin ng Diyos, "Kayo'y maging banal, sapagkat Ako'y banal" (Levitico 11:45; 1 Pedro 1:16), nais Niyang lubos na maintindihan ng bawat isa sa atin ang mga kautusan tungkol sa pag-aalay na nakasulat sa Levitico para makapagsulong tayo ng buhay na banal. Umaasa ako na maiintidihan ninyo ang lahat ng aspeto ng pag-aalay sa panahon ng Lumang Tipan at ng pagsamba sa panahon ng Bagong Tipan. Umaasa din ako na susuriin ninyo kung paano kayo sumasamba, at matutuhan sana ninyong sumamba sa Diyos sa paraang nakalulugod sa Kanya. Idinadalangin ko sa pangalan ng Panginoong Jesu-Cristo na tulad ni Solomon na nagbigay ng lugod sa Diyos sa pamamagitan ng kanyang lubu-libong alay na sinunog, nawa ay maging mahalagang instrumento ang bawat isa sa inyo sa harapan ng Diyos, at tulad ng punungkahoy na itinanim sa tabing ilog, tamasahin nawa ninyo ang umaapaw na mga biyaya habang ibinibigay ninyo sa Diyos ang mabangong samyo ng pag-ibig at pagpapasalamat sa pagsamba sa Kanya sa espiritu at katotohanan!

Pebrero 2010
Dr. Jaerock Lee

Mga Nilalaman

Sumamba sa Espiritu at Katotohanan

Paunang Salita

Kabanata 1
Espirituwal na Pagsamba na Tinatanggap ng Diyos   1

Kabanata 2
Mga Alay Noong Panahon ng Lumang Tipan na Nakasulat sa Levitico   17

Kabanata 3
Alay na Sinusunog   43

Kabanata 4
Mga Alay na Butil   67

Kabanata 5
Alay para sa Pakikipagkasundo   83

Kabanata 6
Mga Alay ng Nagkasala   95

Kabanata 7
Mga Alay ng Kinukonsiyensya   111

Kabanata 8
Ialay ang Inyong mga Katawan Bilang Buhay at Banal na Sakripisyo   123

Kabanata 1

Espirituwal na Pagsamba na Tinatanggap ng Diyos

"Ang Diyos ay espiritu, at ang mga sumasamba sa Kanya ay kailangang sumamba sa espiritu at katotohanan." (Juan 4:24)

Juan 4:24

1. Pag-aalay sa Panahon ng Lumang Tipan at Pagsamba sa Panahon ng Bagong Tipan

Ang unang nilalang na si Adan ay may malapit na ugnayan at pakikisama sa Diyos noon. Nang mahulog siya sa tukso ni Satanas at magkasala, naputol ang malapit na relasyon niya sa Diyos. Para kay Adan at sa kanyang mga inapo, naghanda ang Diyos ng daan para sa kapatawaran at kaligtasan. Binuksan Niya ang daan para maibalik ang pakikipag-ugnayan sa Kanya. Ang daang ito ay makikita sa paraan ng pagbibigay ng alay sa panahon ng Lumang Tipan na ibinigay ng Diyos.

Hindi tao ang nagpaplano kung ano ang iaalay noong panahon ng Lumang Tipan. Ito ay inihayag at iniutos ng Diyos. Mababasa natin ito sa Aklat ng Levitico 1:1 at sa mga sumusunod na talata, "Ipinatawag ng PANGINOON si Moises at nagsalita sa kanya mula sa toldang tipanan, na sinasabing..." Pwede din nating ipalagay na sinabi ng Diyos sa mga anak ni Adan na sina Abel at Cain kung ano ang iaalay nila sa Kanya (Genesis 4:2-4).

Ang mga alay na ito ay may sinusunod na tuntunin ayon sa kahulugan ng bawat isa. Ang mga ito ay may kanya-kanyang kategorya tulad ng mga alay na susunugin, mga alay na butil, mga alay para sa pakikipagkasundo, mga alay ng nagkasala, at mga alay ng kinukonsiyensya, depende ito sa laki o tindi ng kasalanan at situwasyon ng mga taong nag-aalay, pwede ring mag-alay ng mga toro, mga tupa, mga kambing, mga kalapati, at harina. Dapat magkaroon ng pagpipigil sa sarili ang mga pari na namumuno sa seremonya ng paghahandog, maging maingat sa pag-uugali, magsuot ng inilaan na efod (kasuotang ginagamit ng mga pari), at magbigay ng alay na buong inagt na inihanda ayon sa itinatag na tuntunin. Ang mga handog na ito ay panlabas na seremonya, kumplikado at mahigpit.

Noong panahon ng Lumang Tipan, mapapatawad lang ang isang taong nagkasala kung mag-aalay siya ng pinatay na hayop at ang dugo nito ang magiging kabayaran. Gayon pa man, ang alay na dugo mula sa magkakaparehong uri ng hayop taun-taon ay hindi ganap na makakapawalangsala sa mga tao; ang mga ito ay pansamantala lang na pambayad, hindi ito perpekto. Ang dahilan nito ay ang ganap na pantubos ng tao mula sa kasalanan ay mangyayari lang kung may taong maghahandog ng buhay niya.

Sinasabi ng 1 Mga Taga-Corinto 15:21, "Sapagkat yamang sa pamamagitan ng isang tao'y dumating ang kamatayan, sa pamamagitan din ng isang tao'y dumating ang pagkabuhay na muli ng mga patay." Dahil dito dumating sa mundong ito si Jesus na Anak ng Diyos sa katawang tao, at kahit hindi Siya nagkasala, dumanak ang dugo Niya sa krus at namatay. At dahil minsang nagsakripisyo si Jesus (Sa Mga Hebreo 9:28), hindi na kailangang mag-alay ng dugo na nangangailangan ng mahirap at mahigpit na mga tuntunin.

Mababasa natin sa Sa Mga Hebreo 9:11-12, "Ngunit nang dumating si Cristo na Pinakapunong Pari ng mabubuting bagay na darating, sa pamamagitan ng lalong dakila at lalong sakdal na tabernakulo na hindi gawa ng mga kamay ng tao, samakatuwid ay hindi sa sangnilikhang ito, at hindi rin sa pamamagitan ng dugo ng mga kambing at mga toro, kundi sa pamamagitan ng Kanyang sariling dugo, Siya ay pumasok na minsan magpakailanman sa Dakong Banal, sa gayo'y tinitiyak ang walang hanggang katubusan," tinupad ni Jesus ang walang hanggang katubusan.

Dahil kay Jesu-Cristo hindi na tayo kailangang mag-alay ng dugo, pwede na tayong lumapit sa harapan Niya at mag-alay ng buhay at banal na sakripisyo. Ito ang tinatawag na pagsamba na mababasa natin sa panahon ng Bagong Tipan. Dahil naghandog si Jesu-Cristo ng isang sakripisyo para sa lahat ng kasalanan para sa lahat ng panahon sa pagpako sa krus at pagdanak ng dugo Niya (Sa Mga Hebreo 10:11-12), kapag taos puso tayong mananampalataya na tinubos tayo mula sa kasalanan at tatanggapin si Jesu-Cristo, tatanggapin natin ang kapatawaran ng ating mga kasalanan. Hindi ito isang rituwal na nagpapakita ng gawa, ito ay pagpapakita ng pananampalataya na nagmumula sa puso. Ito ay buhay at banal na sakripisyo at espirituwal na pagsamba (Mga Taga-Roma 12:1).

Hindi ito nangangahulugang walang kabuluhan ang mga alay noong panahon ng Lumang Tipan. Kung ang Lumang Tipan ay nakaraan, ang Bagong Tipan ay kasalukuyan. Parang tungkol din sa Kautusan, ginawang perpekto ni Jesus ang mga kautusan tungkol sa pag-aalay sa panahon ng Bagong Tipan ang mga kautusan noong panahon ng Lumang Tipan. Ang pagtupad lang sa pag-aalay ang binago sa panahon ng Bagong Tipan, pagsamba na ang tawag dito ngayon. Gaya ng pagpapahalaga ng Diyos sa walang bahid at malinis na alay noong panahon ng Lumang Tipan, malulugod Siya sa iaalay nating pagsamba sa espiritu at katotohanan sa panahon ng Bagong Tipan. Ang mahigpit na seremonya at paraan ay hindi lang ipinapakita, mayroon din itong napakalalim na espirituwal na kahulugan. Nagsisilbi itong pamantayan ng pagsusuri natin ng ating kalooban kapag sumasamba.

Una sa lahat, pagkatapos aminin ang mga pagkakasala sa kapwa, mga kapatid, o sa Diyos (alay ng kinukonsiyensya), dapat suriin ng isang mananampalataya ang naging buhay niya sa nakaraang isang linggo, ipagtapat ang mga kasalanan, at humingi ng tawad (alay ng nagkasala), pagkatapos, sumamba ng may malinis na puso at buong katapatan (alay na sinunog). Kapag nabigyan natin ng lugod ang Diyos sa paghahandog natin ng mga alay na inihanda ng buong ingat at pagpapasalamat para sa pagpapala at proteksyon Niya sa nakaraang buong isang linggo (alay na butil) at pagsasabi sa Kanya ng mga minimithi ng puso natin (alay para sa pakikipagkasundo), ibibigay Niya ang mga minimithi ng puso natin, at bibigyan Niya tayo ng lakas at kapangyarihan para magtagumpay sa mundo. Kaya kasama sa pagsamba natin sa panahon ng Bagong Tipan ang mga kahulugan ng mga kautusan tungkol sa mga handog noong panahon ng Lumang Tipan. Mas ipapaliwanag pa ang kautusan tungkol sa mga alay noong panahon ng Lumang Tipan mula sa Kabanata 3 at sa mga sumusunod na kabanata.

2. Sumasamba sa Espiritu at Katotohanan

Sa Juan 4:23-24, sinasabi sa atin ni Jesus, "Subalit dumarating ang oras at ngayon na nga, na sasambahin na mga tunay na sumasamba ang Ama sa espiritu at katotohanan, sapagkat hinahanap ng Ama ang gayong mga sumasamba sa Kanya. Ang Diyos ay espiritu, at ang mga sumasamba sa Kanya ay kailangang sumamba sa espiritu at katotohanan." Bahagi ito ng sinabi ni Jesus sa isang babaing nakausap Niya sa tabi ng balon sa isang lunsod ng Samaria na tinawag na Sicar. Tinanong ng babae si Jesus, na kumausap sa kanya nang huminggi ito ng tubig na maiinom, tungkol sa lugar kung saan dapat sumamba, matagal na itong pinag-uusapan ng mga tao (Juan 4:19-20).

Kung ang mga Judio ay nag-alay sa Jerusalem kung saan nakatayo ang Templo, ang mga Samaritano ay nag-aalay sa Bundok ng Gerizim. Ito ay nangyari noong nahati sa dalawa ang Israel noong naghahari si Rehoboam, anak ni Solomon. Nagtayo ng mataas na pader ang mga tao dito para hindi makapunta ang ibang tao sa Templo ng Jerusalem. Dahil batid ng babae ang tungkol dito, gusto niyang malaman kung saang lugar dapat sumamba.

Ang lugar ng pagsamba ay mayroong malalim na kahulugan sa mga mamamayan ng Israel. Dahil naroon ang Diyos sa Templo, inilayo o ibinukod nila ito dahil para sa kanila, ito ang sentro ng sansinukob. Pero, dahil mas mahalaga sa Diyos ang nilalaman ng puso ng isang taong sumasamba kaysa sa lugar kung saan ito sumasamba, nang ipahayag Niya na Siya ang Mesyas, ipinahayag din Niya na dapat baguhin ng mga tao ang pagkakaintindi tungkol sa pagsamba.

Anong ibig sabihin ng 'sumamba sa espiritu at katotohanan'? Ang 'pagsamba sa espiritu' ay pag-aaral araw-araw ang 66 na aklat ng Biblia sa tulong ng inspirasyon at pagiging puspos ng Banal na Espiritu at pagsamba ng taos-puso kasama Niya dahil Siya ay nananahan sa atin. Ang 'pagsamba sa katotohanan' ay pagsamba ng buong pagkatao, puso, kalooban, at katapatan, sa pamamagitan ng pagbigay sa Kanya ng kagalakan, pagpapasalamat, pananalangin, pagpupuri, paggawa, at paghahandog.

Hindi nakadepende sa panlabas na anyo o halaga ng alay ang pagtanggap ng Diyos sa pagsamba natin. Ito ay ayon sa antas ng pagmamahal na ibibigay natin sa Kanya mula sa situwasyon ng bawat isa. Malugod na tatanggapin ng Diyos at ibibigay ang mga hinahangad ng puso ng mga sumasamba sa Kanya mula sa kaibuturan ng kanilang puso at naghahandog sa Kanya ng kusang-loob. Hindi Niya tinatanggap ang pagsamba mula sa mga walang-galang na tao na makasarili at nakatuon lang sa kung anong opinyon ng ibang tao tungkol sa kanila.

3. Pagsamba na Tinatanggap ng Diyos

Dapat sumamba sa Diyos sa pinakaperpektong paraan tayong mga nasa panahon ng Bagong Tipan dahil tinupad na ni Jesus ang Kautusan. Ang dahilan nito ay sapagkat pag-ibig ang pinakadakilang utos na ibinigay ni Jesu-Cristo sa atin, tinupad Niya ang Kautusan dahil sa pag-ibig. Kaya ang pagsamba ay papapakita ng pag-ibig natin para sa Diyos. May mga taong nagsasabi na mahal nila ang Diyos mula sa kaibuturan ng puso nila, pero kung minsan, hindi kapanipaniwala kung totoo nga ang sinasabi nila dahil sa paraan ng pagsamba nila.

Kung makikipagkita tayo sa isang taong mas matanda o mas mataas ang posisyon kaysa sa atin, lilinisin natin ang bihis, ugali, at puso natin. Kung bibigyan natin siya ng regalo, pipili tayong mabuti ng maganda at malinis na regalo. Ang Diyos ang lumikha ng lahat ng bagay dito sa sansinukob, karapat-dapat Siyang luwalhatiin, at purihin ng mga nilikha Niya. Kung sasambahin natin ang Diyos sa espiritu at katotohanan, dapat hindi tayo maging bastos sa harapan Niya. Suriin natin ang sarili natin kung gumagalang tayo sa Kanya. Siguraduhin natin na sumasamba tayo nang buong pagkatao, kalooban, at pagmamahal.

1) Pumunta ng maaga sa pagsamba

Dahil ang pagsamba ay isang rituwal o seremonya kung saan pinahahalagahan natin ang espirituwal na kapangyarihan ng Diyos na hindi natin nakikita, maipapakita natin ang pagpapahalaga sa Kanya kung sinusunod natin ang mga tuntunin at mga utos na itinatag Niya. Kaya walang galang kung mahuhuli tayo sa mga pagsamba anuman ang dahilan natin.

Kung ang oras na ito ay ipinangako nating ibigay sa Diyos, agahan natin ang pagpunta sa iglesya, manalangin na tayo, at ihanda ang puso sa pagsamba. Kung makikipag-usap tayo sa hari, sa presidente o punong ministro, dadating tayo ng maaga, nakahanda at naghihintay. Bakit tayo magpapahuli o magmamadali sa pakikipagtagpo sa Diyos na Siyang pinakadakila at kahangahanga?

2) Makinig at tumuon sa mensahe

Ang isang pastol (pastor) ay lingkod na pinili ng Diyos. Siya ay katulad ng pari sa panahon ng Lumang Tipan. Itinatag siya para ipahayag ang Salita ng Diyos sa pulpito, isang taga-akay sa kawan patungo sa Langit. Kaya para sa Diyos ang hindi paggalang at hindi pagsunod sa pastor ay hindi paggalang at hindi pagsunod sa Kanya.

Mababasa natin sa Exodo 16:8 na nang magreklamo ang mga Israelita laban kay Moises, ginawa nila ito laban sa Diyos mismo. Sa 1 Samuel 8:4-9, nang suwayin ng mga tao si Propetang Samuel, sinabi ng Diyos na ito ay pagsuway sa Kanya.

Kawang-galang din ang matulog sa pagsamba. Anong iisipin ninyo kung makatulog sa isang pulong na ipinatawag ng presidente ng bansa ang isang kalihim o miyembro ng gabinete? Gaya nito, walang respeto sa Diyos, sa pastor, at mga kapatid sa pananampampalataya, ang pagtulog sa santuwaryo, na siyang katawan ng ating Panginoon.

Hindi katanggap-tanggap ang pagsamba kung hindi palagay o nababagabag ang kalooban. Hindi tatanggapin ng Diyos ang pagsambang inihahadog ng may kalungkutan sa halip na pagpapasalamat at kagalakan. Kaya kung dadalo tayo sa pagsamba, abangan natin ang mensahe ng may pananabik sa buhay sa Langit at may pusong nagpapasalamat sa pagpapalang kaligtasan at pagibig. Walang respeto din ang panggugulo sa isang taong nananalangin sa Diyos. Tulad halimbawa ng kaibigan mong nakikipag-usap sa inyong guro o isang taong nasa mataas na posisyon, huwag nating putulin o guluhin ang pakikipag-usap ng isang tao sa Diyos.

3) Huwag uminom ng alak o manigarilyo kung dadalo sa pagsamba

Dahil mahina pa ang pananampalataya nila, hindi titingnan ng Diyos na kasalanan ang hindi paghinto ng isang bagong mananampalataya sa pag-inom ng alak at paninigarilyo. Pero kung ipinagpapatuloy ng isang mananampalatayang may posisyon na sa iglesya ang mga ito, ito ay kawalanghiyaan sa harapan ng Diyos. Kahit hindi mananampalataya, iisipin nilang walang galang ang isang taong pumupunta sa iglesya ng lasing o katatapos lang manigarilyo. Kapag inisip ng isang tao ang mga problema na idinudulot ng pag-inom ng alak at paninigarilyo, malalaman na niya ayon sa katotohanan kung paano kikilos bilang anak ng Diyos.

Nagdudulot ng iba't ibang klaseng kanser ang paninigarilyo at ang pag-inom ng alak ay nakalalasing at nagiging sanhi ng masamang ugali at pananalita. Paano magsisilbing halimbawa ang isang mananmpalatayang naninigarilyo at umiinom ng alak bilang anak ng Diyos? Baka makasira pa siya sa Diyos. Kaya kung tunay ang pananampalataya ninyo, iwaksi na ninyo ang mga dating gawain ninyo. Kahit baguhan pa lang kayo sa pananampalataya, sa paningin ng Diyos, nararapat ang pagsisikap na iwaksi ang mga dating gawain.

4) Huwag nating guluhin ang kabanalan ng pagsamba

Ang santuwaryo ay isang banal na lugar na itinakda para sa pagsamba, pananalangin, at pagbibigay -puri sa Diyos. Kung pababayaan ng mga magulang ang mga anak nila na umiyak, mag-ingay, o manggulo, makakagulo sila sa ibang miyembro na sumamba ng buong-puso. Nagpapakita ito ng disrespeto sa Diyos.

Walang-galang din ang magalit o mag-usap na tungkol sa negosyo o aliwan sa loob ng santuaryo. Ang pag-nguya ng chewing gum, pakikipag-usap sa taong katabi, pagtayo o paglalakad at paglabas sa sanuwaryo sa kalagitnaan ng pagsamba ay nagpapakita rin ng kawalan ng respeto. Hindi nagpapakita ng tamang asal ang pagsusuot ng sumbrero, sando, at tsinelas. Hindi mahalaga ang panlabas na anyo, pero nakikita dito ang kalooban at puso ng isang tao. Ang paghahanda ng isang tao para sa pagsamba ay makikita sa tamang pagbibihis niya.

Ang tamang pag-intindi sa Diyos, at kung anong nais Niya ay makakatulong sa atin na maghandog ng espirituwal na pagsamba na tatanggapin Niya. Kung sasambahin natin ang Diyos sa paraang ikalulugod Niya, sa espiritu at katotohanan, bibigyan Niya tayo ng kapangyarihang umintindi ng buong puso, magbunga ng masagana, at tumamasa ng kamngha-manghang pagpapala at biyaya na ibubuhos Niya sa atin.

4. Ang Buhay na Nagpapakita ng Pagsamba sa Espiritu at Katotohanan

Nagkakaroon ng panibagong sigla at lakas ang buhay natin kung sumasamba tayo sa Diyos sa espiritu at katotohanan. Nais ng Diyos na makita ang buhay ng bawat isa sa atin na kinikilala sa pagsamba sa espiritu at katotohanan. Anong dapat nating gawin para makapaghandog sa Diyos ng espirituwal na pagsamba na malugod Niyang tatanggapin?

1) Magalak palagi

Ang tunay na kaglakan ay hindi lang nagmumula sa mga bagay na nakakapagpasaya kundi pati sa masasakit at mahihirap na situwasyon. Si Jesu-Cristo mismo ang Siyang dahilan kung bakit nagagalak tayo palagi magmula ng tanggapin natin Siya bilang sariling Tagapagligtas dahil inako Niya ang lahat ng sumpa para sa atin.

Noong nasa daan tayo patungo sa kamatayan, tinubos Niya ang mga kasalanan natin sa pamamagitan ng Kanyang dugo. Inako Niya ang kahirapan at mga karamdaman, tinanggal Niya ang gapos ng kalungkutan, pasakit, at kamatayan. Bukod sa mga ito, winasak Niya ang kapangyarihan ng kamatayan dahil muli Siyang nabuhay. Dahil dito, binigyan Niya tayo ng pag-asa para magkaroon ng tunay na buhay na walang hanggan sa napakagandang Langit.

Kung nasa atin si Jesu-Cristo sa pamamagitan ng pananampalataya, at Siya ang pinagmumulan ng kagalakan natin, talagang dapat tayong magdiwang. Mayroon tayong pag-asang mabuhay muli at magkaroon ng walang hanggang kasiyahan kahit walang makain, at puno ng problema sa pamilya, at kahit napapalibutan ng mga pagdurusa at pag-uusig, hindi na mahalaga sa atin ang mga bagay na ito. Hindi mawawala ang galak sa puso natin kung hindi magbabago ang pagmamahal natin sa Diyos, at hindi matitinag ang pag-asa nating makarating sa Langit. Kaya kung ang puso natin ay puspos ng pagpapala ng Diyos at pag-asa sa Langit, magagalak ito palagi, ang mga paghihirap ay magiging pagpapala.

2) Manalangin ng Walang Patid

May tatlong kahulugan ang 'manalangin ng walang patid'. Una, manalangin palagi. Nakasanayan na ni Jesus na maghanap ng tahimik na lugar para makapanalangin Siya habang Siya ay nagmiministeryo. Araw-araw na nanalangin si Daniel ng tatlong beses sa isang araw, at nagtakda ng oras ng pananalangin si Pedro at ang ibang mga alagad. Ugaliin din nating manalangin para mapuno ang sukat ng panalangin, at para hindi maubos ang langis ng Banal na Espiritu. Sa pamamagitan nito, maiintindihan natin ang Salita ng Diyos na ipinapangaral sa mga pagsamba at magkakaroon tayo ng lakas para sundin ito.

Pangalawa, manalangin sa labas ng itinakdang oras. May mga pagkakataong hinihikayat tayo ng Banal na Espiritu na manalangin sa labas ng nakaugaliang oras ng pananalangin. Marami na tayong narinig na mga patotoo mula sa mga taong nakaiwas sa paghihirap o naprotektahan mula sa mga aksidente nang sundin nila ang pag-anyaya ng Banal na Espiritung manalangin.

Panghuli, magnilay sa Salita ng Diyos araw at gabi. Kahit saan, kahit na sino ang kasama, o kahit ano pa ang ginagawa, dapat manatiling buhay at aktibo sa puso ng isang tao ang katotohanan.

Hininga ng espiritu natin ang pananalangin. Kung mamamatay ang pisikal na katawan natin kung hindi tayo hihinga, manghihina at mamamatay din ang espiritu natin kung hindi tayo mananalangin. Pwedeng sabihin na 'nananalangin ng walang patid' ang isang tao kung nananalangin siya kahit kailan at nagninilay sa Salita ng Diyos sa gabi't araw at isinasabuhay ito. Kung nananahan sa puso ng tao ang Salita ng Diyos at nakikisama siya sa Banal na Espiritu, sasagana sa lahat ng aspeto ang buhay niya, sasamahan at gagabayan siya ng Banal na Espiritu.

Kapag ipinapanalangin natin ang kaharian at katuwiran ng Diyos ayon sa sinabi ng Biblia, ang kalooban Niya at ang kaligtasan ng mga kaluluwa, at hindi ang ating sarili – mas masagana ang ibibigay sa ating pagpapala ng Diyos. Pero may mga taong nananalangin lang kung nakakaranas ng paghihirap o kung sa tingin nila may kulang pa sa buhay nila. Pero humihinto sila kapag tahimik na ang buhay nila. May mga masigasig manalangin kapag puspos sila ng Banal na Espiritu pero humihinto kapag nawala na ang pagiging puspos.

Gayon pa man, dapat nating ihanda ang puso natin sa pananalangin para makapagdala tayo ng mabangong samyo ng panalangin sa Diyos na kalulugdan Niya. Isipin ninyo kung gaano kahirap at kapagod ang oras ng pananalangin kung napipilitan lang kayong gawin ito habang nilalabanan ninyo ang antok at kung anu-anong isipin. Kaya kung sinasabi ng isang tao na malalim na ang pananampalataya niya pero nahihirapan siyang makipag-usap sa Diyos, hindi ba dapat siyang mahiya kung sasabihin din niyang 'minamahal' niya ang Diyos? Suriin ninyo ang sarili ninyo kung sa pakiramdam ninyo walang sigla at buhay ang pananalangin ninyo, isipin ninyo kung gaano kayo kasaya at mapagpasalamat.

Kapag puno ng kagalakan at pagpapasalamat ang puso ng isang tao, ang pananalangin ay puspos ng Banal na Espiritu. Magkakaroon ito ng buhay at magiging malalim. Hindi niya mararamdaman na parang hindi siya marunong manalangin. Sa halip, habang humihirap ang situwasyon niya, mas mauuhaw siya para sa pagpapala ng Diyos. Mas magsisikap siyang tumawag at lumapit sa Diyos, at mas lalago ang pananampalataya niya.

Magbubunga ng masagana ang panalangin natin kapag nanalangin tayo nang taos puso at walang patid. Magpapatunloy tayo sa pananalangin kahit may mga pagsubok pang dumating sa buhay natin. Lalago at lalalim ang espirituwal na pananampalataya at pag-ibig natin habang nananalangin tayo, hindi natin mapipigilang magbahagi ng pagpapala sa ibang tao. Kaya, dapat tayong manalangin ng walang patid at may kagalakan at pagpapasalamat para tumanggap tayo ng mga kasagutan mula sa Diyos sa pamamagitan ng mabubuting bunga ng epiritu at katawan.

3) Magpasalamat tayo sa lahat ng bagay

Bakit tayo magpapasalamat? Una sa lahat, naligtas tayong mga nakatakdang mamatay at mapunta sa impiyerno, makakapasok tayo sa Langit. Sapat na ding dahilan ang lahat ng bagay na tinatanggap natin tulad ng pagkain sa araw-araw at mabuting kalusugan. Bukod dito, kahit may kahirapan at pagsubok, pwedeng magpasalamat dahil nagtitiwala tayo sa pinakamakapangyarihang Diyos.

Naririnig ng Diyos ang lahat ng mga dalangin natin, batid Niya ang kalagayan at situwasyon natin. Kapag nagtiwala tayo sa Diyos hanggang sa matapos ang mga pagsubok sa atin, tutulungan Niya tayong maging mas maging kaibig-ibig.

Kapag tunay ang pagtitiwala natin sa Diyos, magpapasalamat pa rin tayo kahit nagdudusa tayo para sa ating Panginoon o kahit may pagsubok tayo dahil sa kasalanan at pagkukulang natin. Kapag nagkukulang tayo, mas magpapasalamat tayo sa kapangyarihan ng Diyos na nagpapalakas at nagpapaperpekto sa atin. Kahit napakahirap ng buhay na hinaharap natin, makakapagpasalamat pa rin tayo dahil sa pananampalataya natin sa Diyos. Kapag nagpasalamat tayo nang may pananampalataya hanggang sa huli, ang lahat ng bagay ay bubuti para sa atin, magiging pagpapala ang mga ito.

Nagagalak palagi, nananalangin ng walang patid, at nagpapasalamat sa lahat ng bagay ay mga panukat kung gaano na ang bunga natin sa espiritu at katawan sa buhay natin bilang mananampalataya. Habang nagsisikap ang isang tao na magalak kahit na ano ang situwasyon, maghasik ng mga binhi ng kagalakan, at magpasalamat sa kaibuturan ng kanyang puso habang nagsasaliksik ng mga dahilan para magpasalamat, mas maraming bunga ng kagalakan at pagpapasalamat ang ibubunga niya. Parang panalangin din ito. Habang nagiging masigasig tayo sa pananalangin, mas malakas na kapangyarihan at bunga ang aanihin natin.

Kaya, sa araw-araw na paghahandog ninyo sa Diyos ng espirituwal na pagsamba, sa pamamagitan ng isang buhay na may kagalakan, walang patid na pananalagin, at pagpapasalamat tulad ng hinihiling at ikinalulugod Niya (1 Mga Taga-Tesalonica 5:16-18), umaasa ako na magbubunga kayo ng masaganang bunga sa espiritu at katawan.

Kabanata 2

Mga Alay Noong Panahon ng Lumang Tipan na Nakasulat sa Levitico

"Ipinatawag ng PANGINOON si Moises at nagsalita sa kanya mula sa toldang tipanan, na sinasabi, 'Magsalita ka sa mga anak ni Israel at sabihin mo sa kanila: Kapag ang sinuman sa inyo ay nagdadala ng alay sa PANGINOON, ang dadalhin ninyong alay ay galing sa mga hayop, mga bakahan, at sa kawan.'"

Levitico 1:1-2

1. Kahalagahan ng Aklat ng Levitico

DeKadalasang sinasabi na ang mga aklat ng Pahayag at Levitico ang pinakamahirap maintindihan sa buong Biblia. Dahil dito, nilalaktawan ng ibang tao ang pagbabasa ng mga ito, iniisip naman ng iba na hindi na mahalaga sa panahon ngayon ang mga kautusan tungkol sa pag-aalay na nakasulat sa Lumang Tipan. Pero kung hindi ito mahalaga para sa atin ngayon, bakit isinulat ng Diyos ang mga aklat na ito sa Biblia? Isinulat ng Diyos ang bawat salita sa Bagong Tipan at sa Lumang Tipan para tulungan tayo sa buhay bilang mga Cristiano (Mateo 5:17-19).

Hindi dapat kalimutan ang mga kautusan tungkol sa pag-aalay na nakasulat sa Lumang Tipan sa panahon ng Bagong Tipan. Katulad ng lahat ng Kautusan, ang mga kautusan tungkol sa pag-aalay sa Lumang Tipan ay tinupad na ni Jesus sa Bagong Tipan. Katumbas ng pagsambang ginagawa ngayon ang pag-aalay sa panahon ng Lumang Tipan. Nasa bawat hakbang ng pagsambang ginagawa ngayon sa santuwaryo ng Diyos ang kahulugan ng kautusan na tinutukoy sa Lumang Tipan. Kapag naintindihan na natin ang kahulugan at kahalagahan ng kautusan tungkol sa pag-aalay sa panahon ng Lumang Tipan, magiging madali na sa atin ang sumunod kaya tatanggap tayo ng mga biyaya at makakatagpo at mararanasan natin ang Diyos dahil batid na natin kung paano natin Siya paglilingkuran at sasambahin.

Ang aklat ng Levitico ay Salita ng Diyos na magagamit ng lahat ng naniniwala sa Kanya. Mababasa natin sa 1 Pedro 2:5, "Tulad ng mga batong buhay, hayaan ninyong kayo ay maitayo bilang espirituwal na bahay tungo sa banal na pagkapari, upang mag-alay ng mga espirituwal na handog na kasiya-siya sa Diyos sa pamamagitan ni Jesu-Cristo." Sinumang tumanggap kay Jesu-Cristo bilang Tagapagligtas ay pwedeng tumayo sa harapan ng Diyos tulad ng ginawa ng mga pari sa Lumang Tipan.

Nahahati ang aklat ng Levitico sa dalawang bahagi. Ang unang bahagi ay nakatuon sa kung paano napapatawad ang ating mga kasalanan. Nakasaad dito ang mga kautusan tungkol sa pagsasakripisyo para makamit ang kapatawaran sa mga kasalanan. Inilalarawan din dito ang mga katangian at responsibilidad ng mga pari na namamahala sa mga alay sa pagitan ng Diyos at ng mga tao. Nakasulat nang detalyado sa pangalawang bahagi ang tungkol sa mga kasalanan na hindi dapat gawin ng mga pinili ng Diyos, ang banal Niyang mga mamamayan. Ibig sabihin, dapat pag-aralan ng bawat isang mananampalataya ang kalooban ng Diyos na nakasulat sa aklat ng Levitico dahil binigyang-diin dito kung paano mapapanatili ang banal na relasyon nila sa Diyos.

Ipinapaliwanag ng mga kautusan tungkol sa pagsasakripisyo sa aklat ng Levitico ang paraan ng tamang pagsamba. Kung nakikipagtagpo tayo sa Diyos at tumatanggap ng mga biyaya at kasagutan sa pamamagitan ng pagsamba, nakita ng mga tao sa Lumang Tipan ang pagkilos ng Diyos at tumanggap sila ng kapatawaran sa pamamagitan ng mga sakripisyo. Pero, nang umakyat na sa Langit si Jesu-Cristo, nanahan sa atin ang Banal na Espiritu at pwede na tayong makisama sa Diyos at sumamba sa Kanya sa espiritu at katotohanan sa tulong ng kapangyarihan ng Banal na Espiritu.

Sinasabi sa atin ng Sa Mga Hebreo 10:1, "Yamang ang kautusan ay anino lamang ng mabubuting bagay na darating, at hindi ang tunay na larawan ng mga bagay na ito, kailanma'y hindi nito mapapasakdal ang mga lumalapit sa pamamagitan ng gayunding mga alay na laging inihahandog taun-taon." Kung mayroong tunay na anyo, mayroong anino ang anyong iyon.

Ang 'tunay na anyo' na tinutukoy ngayon ay katotohanang pwede na tayong sumamba dahil kay Jesu-Cristo, at sa panahon ng Lumang Tipan, pinapanatili ng mga tao ang relasyon nila sa Diyos sa pamamagitan ng mga sakripisyo, na siyang tinutukoy na 'anino'.

Dapat ibigay ayon sa mga tuntuning nais ng Diyos ang mga alay na ibibigay sa Kanya; hindi tinatanggap ng Diyos ang pagsambang ibinibigay ng isang tao ayon sa sarili nitong paraan. Sa Genesis 4, mababasa natin na tinanggap Niya ang alay ni Abel na sumunod sa kalooban ng Diyos, at hindi Niya tinanggap ang kay Cain na gumawa ng sariling paraan ng pagsasakripisyo.

Tulad nito, may pagsambang kinalulugdan ng Diyos at may pagsambang malayo sa mga tuntunin Niya kaya wala itong halaga sa Kanya. Mababasa sa aklat ng Levitico ang mga kautusan tungkol sa mga alay at praktikal na impormasyon tungkol sa klase ng pagsamba na kinalulugdan Niya at magiging daan para tanggapin natin ang mga biyaya at mga kasagutan.

2. Tinawag ng Diyos si Moises Mula sa Toldang Tipanan

Mababasa sa Levitico 1:1, "Ipinatawag ng PANGINOON si Moises at nagsalita sa kanya mula sa toldang tipanan, na sinasabi..." Ang toldang tipanan ay santuwaryong pwedeng ilipat-lipat, ito ang ginagamit ng mga Israelita na nanirahan sa desyerto. Dito tinawag ng Diyos si Moises. Nasa loob ng toldang tipanan ang Santuwaryo at ang Dakong Kabanal-banalan (Exodo 30:18; 30:20; 39:32; at

40:2). Pwede rin itong tawaging tabernakulo at mga panabing na bumabalot sa patyo (Mga Bilang 4:31; 8:24).

Sa paglalakbay ng mga Israelita patungo sa lupain ng Canaan kasunod ng Exodo, mahabang panahon ang inilagi nila sa desyerto, palipat-lipat sila ng lugar. Dahil dito, ang templo kung saan sila naghahandog sa Diyos ay hindi permanenteng gusali, ito ay tabernakulo na madaling itayo at ilipat, tinawag itong 'templo ng tabernakulo'.

Sa Exodo 35-39 mababasa natin ang detalyadong paglalarawan ng pagtatayo ng tabernakulo. Ang Diyos mismo ang nagpatayo nito kay Moises, sinabi din Niya pati ang mga materyales na gagamitin dito. Nang sabihin ni Moises sa mga mamamayan ang tungkol sa mga materyales na gagamitin sa pagtatayo ng tabernakulo, masaya silang nagdala ng napakaraming kapakipakinabang na materyales tulad ng ginto, pilak, tanso; mga mamahaling bato; asul, lila, at pulang lana; at pinong lino; nagdala sila ng balahibo at balat ng mga hayop tulad ng kambing at lalaking tupa, hanggang sa kinailangan na silang pigilan ni Moises sa pagdadala (Exodo 36:5-7).

Ang tabernakulo ay itinayo sa pamamagitan ng mga handog na kusang-loob na dinala ng kongregasyon. Malaki ang halaga ng pagtatayo ng tabernakulo para sa mga Israelita sa paglalakbay nila patungo sa Canaan mula sa Ehipto. Wala silang mga tirahan ni lupain, hindi sila makapag-imbak ng yaman sa pagsasaka. Pero dahil inasahan nila ang pangako ng Diyos na sinabing mananahan Siya kasama nila sa sandaling nakahanda na ang tirahan, pinasan ng mga mamamayan ang lahat ng halaga at hirap nang may kagalakan at kasiyahan.

Para sa mga mamamayan ng Israel, na nagdusa sa matinding pang-aabuso at pagtatrabaho ng mabigat sa loob ng mahabang panahon, ang pag-laya mula sa pagiging alipin ang pinakahangarin nila. Pero matapos silang palayain ng Diyos mula sa Ehipto, inutusan Niya sila na magtayo ng tabernakulo para manahan kasama nila. Hindi sila nagdahilan para patagalin pa ang pagtatayo, kaya natapos agad ang tabernakulo. Ang malugod na katapatan ng mga Israelita ang naging pundasyon nito.

Pagpasok sa tabernakulo, naroon ang 'Santuwaryo', at sa loob ng santuwaryo, naroon ang 'Dakong Kabanal-banalan'. Pinakabanal ang lugar na ito. Nasa Dakong Kabanal-banalan ang Kaban ng Tipan, kung saan naroon naman ang Salita ng Diyos. Kaya nasa Dakong Kabanal-banalan ang Kaban ng Tipan ay para ipaalala ang presensya ng Diyos. Kung ang buong templo ay banal dahil ito ang tahanan ng Diyos, ang Dakong Kabanal-banalan ay nakabukod at ang pinakabanal sa lahat ng lugar dito. Isang beses lang sa isang taon pwedeng pumasok ang punong pari sa lugar na ito, at ito ay para mag-alay sa Diyos para sa mga kasalanan ng mga tao. Hindi pwedeng pumasok dito ang mga ordinaryong tao, dahil hindi pwedeng humarap sa Diyos ang mga makasalanan.

Pero dahil kay Jesu-Cristo, bawat isa sa atin ay nagkaroon ng kalayaang humarap sa Diyos. Mababasa natin sa Mateo 27:50-51, "At muling sumigaw si Jesus ng may malakas na tinig at nalagot ang Kanyang hininga. At nang sandaling iyon, ang tabing ng templo ay napunit sa dalawa, mula sa itaas hanggang sa ibaba." Nang ialay ni Jesus ang sarili sa krus para tubusin tayo mula sa ating mga kasalanan, ang tabing na nakatakip sa pagitan natin at ng Dakong Kabanal-banalan ay nahati sa dalawa.

Ipinapaliwanag ito ng Sa Mga Hebreo 10:19-20, "Kaya mga kapatid, yamang mayroon tayong pagtitiwala na pumasok sa santuwaryo sa pamamagitan ng dugo ni Jesus, na Kanyang binuksan para sa atin ang isang bago at bukas na lugar, sa pamamagitan ng tabing, samakatuwid ay sa Kanyang laman." Ang pagkawasak ng pader ng kasalanan sa pagitan natin at ng Diyos ay sinisimbulo ng pagkakapunit ng tabing nang isakripisyo ni Jesus ang katawan Niya sa kamatayan. Ngayon sinumang magtiwala kay Jesu-Cristo ay tatanggap ng kapatawaran mula sa kasalanan at lalakad sa daan patungo sa Banal na Diyos. Kung dati, mga pari lang ang pwedeng humarap sa Diyos, ngayon ay pwede na tayong magkaroon ng personal at malapit na relasyon sa Kanya.

3. Ang Espirituwal na Kahulugan at Kahalagahan ng Toldang Tipanan

Ano ang kahulugan at kahalagahan ng Toldang Tipanan para sa panahon natin ngayon? Ang Toldang Tipanan ay ang simbahan kung saan tayo sumasamba, ang Santuwaryo ay ang mga mananampalataya na tumanggap sa Panginoon, at ang Dakong Kabanal-banalan ay ang mga puso natin kung saan nananahan ang Banal na Espiritu. May paalala ang Mga Taga-Corinto 6:19 sa atin, "O hindi ba ninyo nalalaman na ang inyong katawan ay templo ng Espiritu Santo na nasa inyo, na tinanggap ninyo mula sa Diyos, at kayo ay hindi sa inyong sarili?" Nang tanggapin natin si Jesus bilang Tagapagligtas ibinigay sa atin ang Banal na Espiritu bilang kaloob mula sa Diyos. Dahil nananahan sa atin ang Banal na Espiritu, ang puso at katawan natin ay banal na templo.

Makikita din natin sa 1 Mga Taga-Corinto 3:16-17, "Hindi ba ninyo nalalaman na kayo ang templo ng Diyos, at ang Espiritu ng Diyos ay naninirahan sa inyo? Kung ang sinuman ay magtangkang gumiba sa templo ng Diyos, ang taong ito ay gigibain ng Diyos, sapagkat ang templo ng Diyos ay banal, at ang templong ito ay kayo." Kung dapat nating panatiliing malinis at banal ang templo ng Diyos na nakikita natin, dapat din nating panatiliing malinis at banal ang puso at katawan natin bilang tirahan ng Banal na Espiritu.

Nabasa natin na gigibain ng Diyos ang sinumang magtangkang gumiba sa templo Niya. Kung ang taong ito ay anak ng Diyos, at tinanggap na niya ang Banal na Espiritu pero nagpapatuloy siya sa paggiba sa sarili niya, mapapawi ang Banal na Espiritu at hindi maliligtas ang taong ito. Magiging ganap ang kaligtasan natin at magkakaroon tayo ng personal at malapit na relasyon sa Diyos kung pananatiliin nating banal ang pamamahala natin sa templo na tinitirahan ng Banal na Espiritu.

Kaya ang pagtawag ng Diyos kay Moises mula sa toldang tipanan ay nagpapahiwatig na tayo rin ay tinatawag ng Banal na Espiritu mula sa kalooban natin dahil nais Niyang magkaroon ng pakikisama sa atin. Dapat lang magkaroon ng pakikisama sa Diyos Ama ang mga anak Niyang naligtas. Dapat silang manalangin na may inspirasyon mula sa Banal na Espiritu at sumamba sa espiritu at katotohanan sa pamamagitan ng personal at malapit na pakikisama sa Kanya.

Hindi nagkaroon ng personal at malapit na pakikisama sa Banal na Espiritu ang mga tao noong panahon ng Lumang Tipan dahil sa mga kasalanan nila. Ang punong pari lang ang nakakapasok sa Dakong Kabanal-banalan sa loob ng tabernakulo para maghandog ng alay para sa mga tao. Pero ngayon, sinumang anak ng Diyos ay pwedeng pumasok sa Santuwaryo para sumamba at manalangin at makisama sa Diyos. Ito ay sapagkat tinubos na tayo ni Jesus mula sa mga kasalanan natin.

Nang tanggapin natin si Jesu-Cristo, nanahan ang Banal na Espiritu sa puso natin at ginawa itong Dakong Banal. Bukod dito, tinatawag tayo ng Banal na Espiritu mula sa kaibuturan ng puso natin dahil nais Niyang makisama sa atin tulad ng pagtawag ng Diyos kay Moises mula sa toldang tipanan. Tinutulungan tayo ng Banal na Espiritu na mamuhay ayon sa katotohanan at maintindihan ang Diyos sa pamamagitan ng tinig at paggabay Niya. Para marinig natin ang tinig ng Banal na Espiritu, dapat nating iwaksi ang kasalanan at kasamaan mula sa puso natin, magpakabanal tayo. Kung banal na tayo, maririnig natin ang tinig ng Banal na Espiritu, bubuhos ang mga biyaya sa espiritu at katawan natin.

4. Ang Anyo ng Toldang Tipanan

Simple lang ang anyo ng toldang tipanan. Dadaan sa pintuan sa dakong silangan ng tabernakulo na may lapad na siyam na metro (29.5 pye o talampakan). Pagpasok sa patyo ng tabernakulo, makikita ang altar para sa Alay na Sinusunog, gawa ito sa tanso. Sa pagitan ng altar na ito at ng Santuwaryo mayroong malaking palanggana na ginagamit sa pagpapakita ng paggalang o pamimitagan. Sa bandang loob nito, naroon ang Santuwaryo at ang Dakong Kabanal-banalan na siyang pinakamahalagang lugar sa toldang tipanan.

Ang sukat ng tabernakulo na kinalalagyan ng Santuwaryo at Dakong Kabanal-banalan ay may lapad na apat at kalahating metro (mga 14.7 talampakan), at may habang labintatlo at kalahating

Anyo ng Toldang Tipanan

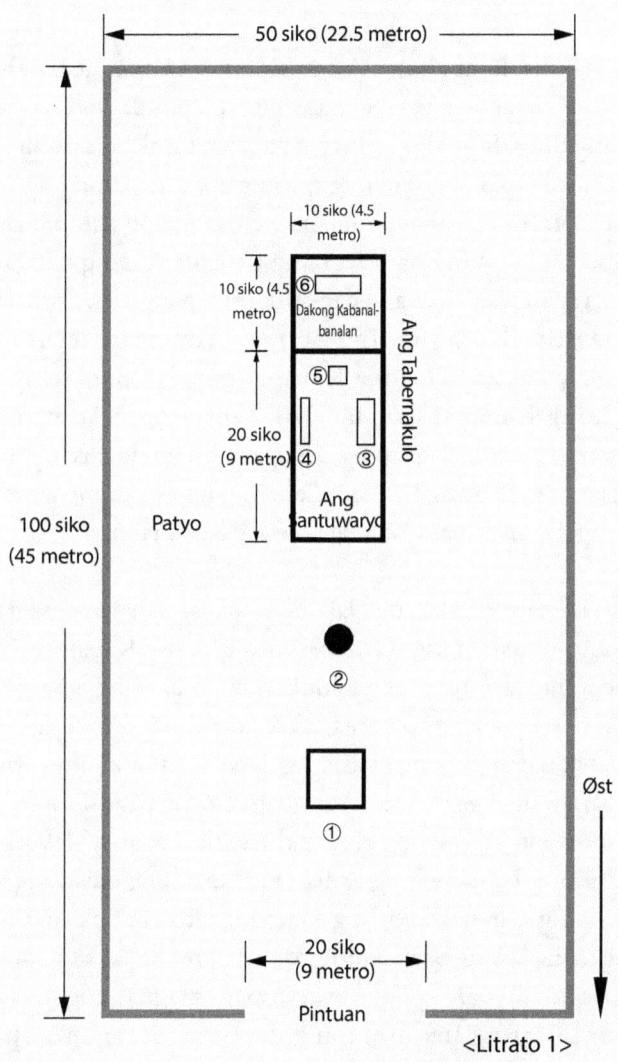

<Litrato 1>

Mga Sukat
Patyo: 100 x 50 x 5 siko
Pintuan: 20 x 5 siko
Ang Tabernakulo: 30 x 10 x 10 siko
Ang Santuwaryo: 20 x 10 x 10 siko
Dakong Kabanal-banalan: 10 x 10 x 10 siko
(ang isang siko ay mga 17.7 pulgada)

Mga Kagamitan
1) Altar para sa Alay na Sinusunog
2) Palanggana
3) Mesa para sa Tinapay na Handog
4) Ilawan na Purong Ginto
5) Altar ng Insenso
6) Kaban ng Tipan

metro (44.3 talampakan). Ang taas nito ay apat at kalahating metro (14.7 talampakan). Nakatayo ito sa pundasyon na gawa sa pilak, ang ding-ding nito ay may mga posteng akasya na binalutan ng ginto, tinakpan ang bubong nito ng apat na patong ng tabing. May kerubin na nakahabi o nakaburda sa unang patong; gawa sa balahibo ng kambing na lalaki ang pangalawa; ang pangatlo ay balat ng tupang lalaki; at ang pag-apat ay isa pang klase ng balat.

Pinaghiwalay ng tabing na may hinabing kerubin ang Santuwaryo at ang Dakong Kabanal-banalan. Doble ng sukat ng Dakong Kabanal-banalan ang Santuwaryo. May mesa sa Santuwaryo na paglalagyan ng Tinapay na Handog, isang posteng ilawan, at ang Altar ng Insenso. Lahat ng ito ay purong ginto. Ang Kaban ng Tipan ay nasa loob ng Dakong Kabanal-banalan.

Balikan natin: Una, ang Dakong Kabanal-banalan ay sagradong lugar, dito nanahan ang Diyos, narito din ang Kaban ng Tipan, sa bandang itaas nito ay ang luklukan ng awa. Isang beses sa isang taon, Araw ng Pagsisisi, pumapasok ang punong pari sa Dakong Kabanal-banalan para magwisik ng dugo sa luklukan ng awa para sa kasalanan ng mga tao. Ito ay nagpapakita ng pagsisisi nila. Lahat ng gamit doon sa Dakong Kabanal-banalan ay may dekorasyong purong ginto. Nasa loob ng Kaban ng Tipan ang dalawang tapyas ng bato kung saan nakaukit ang Sampung Utos, isang banga na may lamang mana, at ang baston ni Aaron na namulaklak at namunga.

Papasok ang pari sa Santuwaryo para maghandog, nakalagay dito ang Altar ng Insenso, isang ilawan, at isang mesa para sa tinapay na handog. Ang lahat ng ito ay ginto.

Pangatlo, ang palanggana ay isang lalagyan na tanso. May lamang tubig ito kung saan naghuhugas ng mga kamay at paa ang

LARAWAN

<Litrato 2>

Kabuuang Anyo ng Toldang Tipanan

Sa looban ng patyo nakalagay ang altar para sa mga alay na susunugin (Exodo 30:28), isang palanggana (Exodo 30:18), at ang Tabernakulo (Exodo 26:1; 36:8), at sa ibabaw ng patyo ay may pino at nakabuhol na lino. Iisa ang pasukan sa bandang silangan ng Tabernakulo (Exodo 27:13-16), sinisimbulo nito si Jesu-Cristo, ang nag-iisang daan patungo sa kaligtasan.

LARAWAN

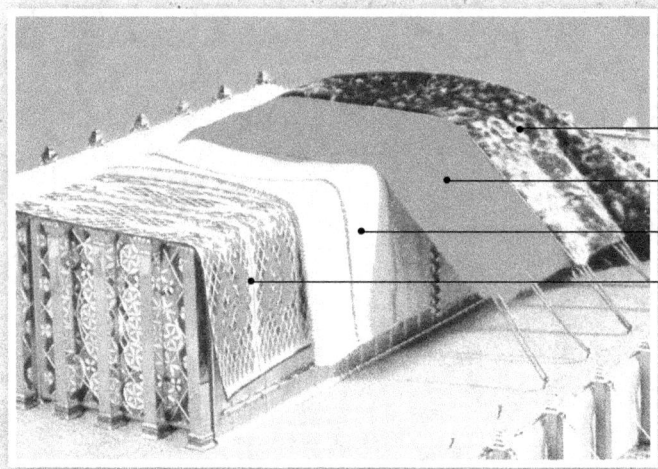

Balat ng isa
ng malakin
Balat ng lala
tupa
Balahibo ng
kambing
kurtina
Mga kurtina
binurdahan
kerubin

<Litrato 3>

Mga Pantabing sa Tabernakulo

Apat na patong ng tabing ang itinakip sa ibabaw ng Tabernakulo. Sa ilalim nito ay mga kurtina na may burdang kerubin; sa ibabaw nito ay mga balahibo ng kambing na ginawang kurtina; sa ibabaw nito ay balat ng lalaking tupa; at nasa pinakaibabaw ang balat ng isang uri ng malaking isda. Ipinakita sa pangatlong litrato ang mga pantabing para makita ang bawat patong. Kapag tinanggal ang mga tabing, makikita ang telang nakabitin sa harapan ng Santuwaryo, at sa likuran nito nakalagay ang altar para sa insenso, at ang mga telang tumatakip sa Dakong Kabanal-banalan.

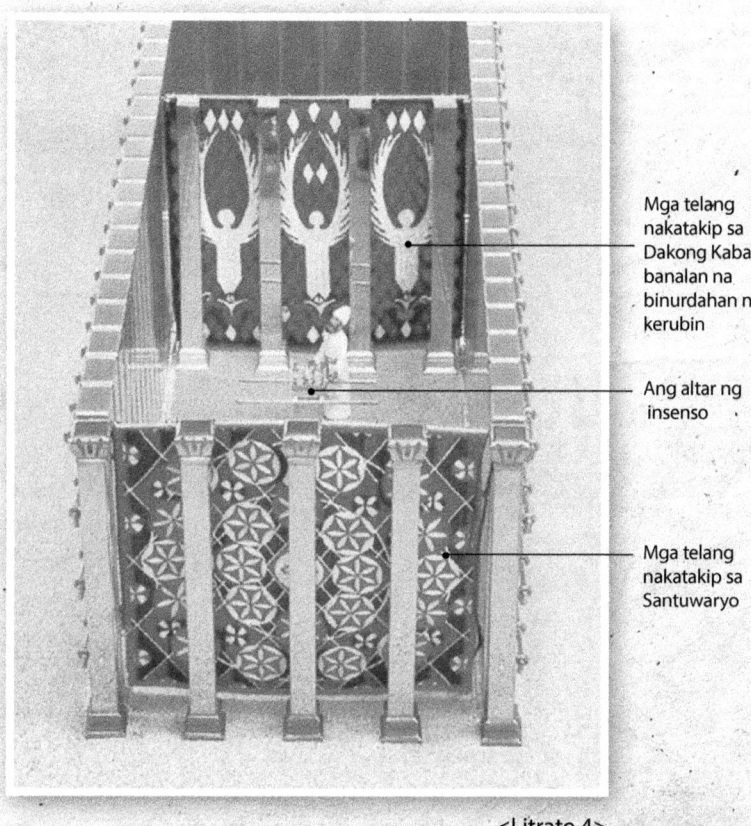

<Litrato 4>

Ang Santuwaryo Kapag Tinanggalan ng Takip

May mga telang nakatakip sa harapan ng Santuwaryo, at makikita sa likuran nito ang altar ng insenso at mga telang nakatakip sa Dakong Kabanal-banalan.

LARAWAN

<Litrato 5>

Loob ng Tabernakulo

Sa gitna ng Santuwaryo makikita ang ilawan na purong ginto (Exodo 25:31), ang mesa para sa Tinapay na Handog (Exodo 25:30), at sa bandang likuran naroon ang altar ng insenso (30:27).

Altar ng Insenso

Mesa ng Tinapay na Handog

Ilawan

LARAWAN

<Litrato 9>

Sa Loob ng Dakong Kabanal-banalan

Tinanggal ang pader sa likod ng Santuwaryo para makita ang loob ng Dakong Kabanal-banalan. Makikita ang Kaban ng Tipan, ang luklukan ng awa, mga telang nakabitin sa bandang likuran para sa Dakong Kabanal-banalan. Pumapasok dito ang punong pari na nakasuot ng puti isang beses sa isang taon para magwisik ng dugo ng alay pra sa kasalanan.

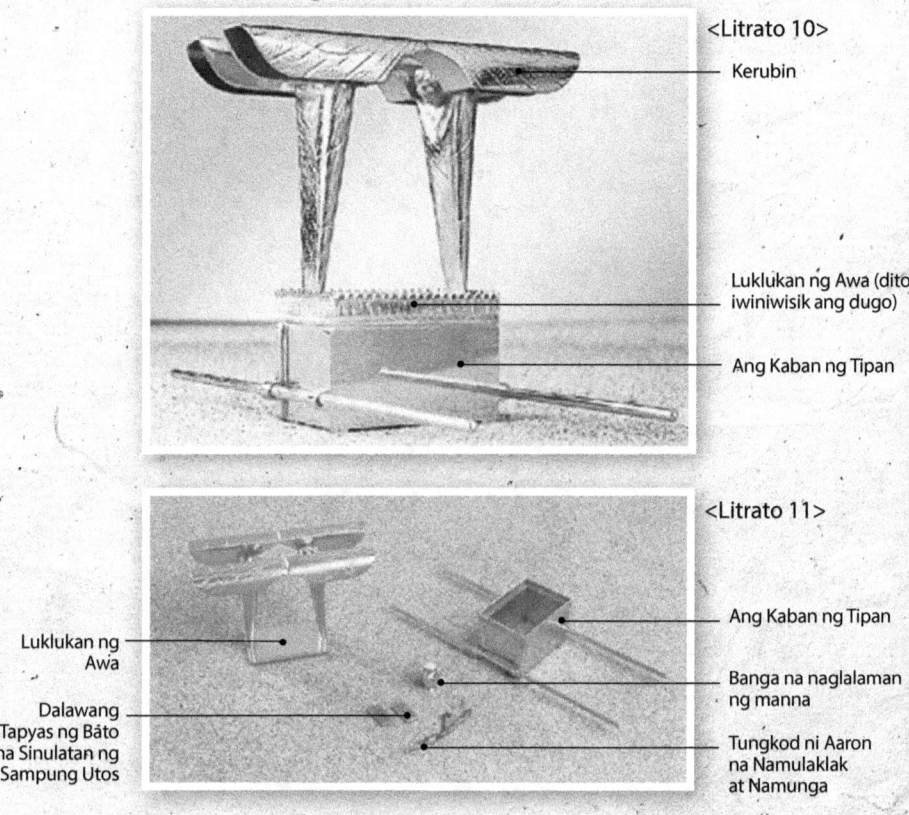

Ang Kaban ng Tipan at ang Luklukan ng Awa

Nasa loob ng Dakong Kabanal-banalan ang Kaban ng Tipan na purong ginto, at sa ibabaw nito ay ang luklukan ng awa. Ang tinutukoy na luklukan ng awa ay ang takip para sa Kaban ng Tipan (Exodo 25:17-22), winiwisikan ito ng dugo isang beses sa isang taon. Sa magkabilang dulo ng luklukan ng awa a may dalawang kerubin, tinatakpan ng mga papak nito ang luklukan ng awa (Exodo 25:18-20). Nakalagay sa loob ng Kaban ng Tipan ang dalawang tapyas ng bato na sinulatan ng Sampung Utos; isang banga na naglalaman ng manna; at tungkod ni Aaron na namulaklak at namunga.

LARAWAN

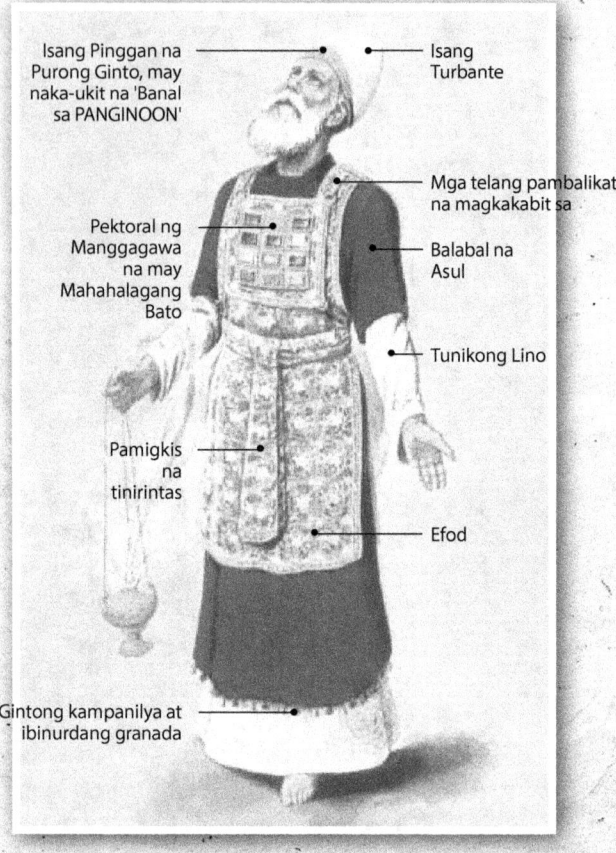

<Litrato 12>

Kasuotan ng Punong Pari

Ipinagkatiwala sa pari ang pag-aalaga ng Templo at pamamahala sa mga alay. Isang beses sa isang taon, pumapasok siya sa Dakong Kabanal-banalan para mag-alay sa Diyos. Kung sinuman ang nasa posisyon bilang punong pari ay dapat may hawak ng Urim at Tumim. Ang dalawang batong ito ay ginagamit para hilingin ang kalooban ng Diyos. Ilalagay ang mga ito sa pektoral sa ibabaw ng efod na isinusuot ng pari. Sinisimbulo ng 'Urim' ang liwanag at ang 'Tumim' ay pagiging perpekto.

mga pari bago sila pumasok sa Santuwaryo o ang mga punong pari bago sila pumasok sa Dakong Kabanal-banalan.

Pang-apat, ang Altar para sa alay na susunugin ay tanso. Matibay ito dahil nilalagyan ito ng apoy. 'Lumabas mula sa harapan ng PANGINOON' ang apoy sa altar nang matapos ang paggawa ng tabernakulo (Levitico 9:24). Iniutos ng Diyos na huwag papatayin ang apoy sa altar, at dapat maghandog ng dalawang isang taong gulang na tupa araw-araw (Exodo 29:38-43; Levitico 6:12-13).

5. Espirituwal na Kahulugan ng Alay na Baka at Tupa

Sa Levitico 1:2, sinabi ng Diyos kay Moises, "Magsalita ka sa mga anak ni Israel at sabihin mo sa kanila: Kapag ang sinuman sa inyo ay nagdadala ng alay sa PANGINOON, ang dadalhin ninyong alay ay galing sa mga hayop, mga bakahan, at sa kawan.'" Iba't ibang alay ang ibinibigay ng mga anak ng Diyos sa Kanya sa mga pagsamba. Bukod sa ikapu, may handog para sa pagpapasalamat, pagtatayo at paghingi ng tulong. Pero iniutos ng Diyos na kung may magdadala sa Kanya ng handog dapat magmula ito sa 'bakahan at sa kawan'. May espirituwal na kahulugan ang talatang ito, hindi natin kailangang gawing literal ang iniutos ng Diyos dito. Pero unawain muna natin ang espirituwal na kahulugan nito bago natin gawin ayon sa kalooban ng Diyos.

Ano ang espirituwal na kahulugan ng pag-aalay mula sa bakahan o sa kawan? Ang kahulugan nito ay dapat nating sambahin ang Diyos sa espiritu at katotohanan. Ihandog natin ang ating sarili bilang buhay at banal na alay. Ito ang espirituwal na pagsamba (Mga Taga-Roma 12:1). Dapat palagi tayong handa sa pananalangin, at maging banal sa mga kilos sa harapan ng Diyos kapag sumasamba at sa pang araw-araw na buhay. Ang pagsamba at lahat ng alay natin sa Diyos na buhay at banal na sakripisyo ay tatanggapin ng Diyos bilang espirituwal na pagsamba.

Bakit iniutos ng Diyos sa mga mamamayan ng Israel na maghandog mula sa bakahan at mga tupa? Sa lahat ng mga hayop, ang mga ito ang kumakatawan kay Jesus na Siyang naging handog para sa pakikipagkasundo para sa kaligtasan ng sangkatauhan. Pagaralan natin ang pagkakapareho ng 'bakahan' at ni Jesus.

1) Pinapasan ng mga baka ang mga bagay na nagpapabigat sa tao

Kung pinapasan ng mga baka ang mga mabibigat na bagay para sa tao, ipinasan ni Jesus ang bigat ng ating mga kasalanan. Sinasabi Niya sa atin sa Mateo 11:28, "Lumapit kayo sa Akin, kayong lahat na nanlulupaypay at lubhang nabibigatan at kayo'y bibigyan Ko ng kapahingahan." Nagsisikap ang mga tao para makamit ang kayamanan, karangalan, kaalaman, kasikatan, katanyagan, kapangyarihan, at lahat-lahat ng hinahangad nila. At bukod sa lahat ng mga pasanin na dala nila, dala din nila ang bigat ng kasalanan at may mga pagsubok, pagdurusa, at kalungkutan pa.

Inako ni Jesus ang bigat at pasanin ng buhay dahil Siya ang naging sakripisyo. Dumanak ang dugo Niya bilang pambayad sa pamamagitan ng pagpapapako sa krus na kahoy. Sa pananampalataya sa Panginoon, pwedeng mawala ang lahat ng problema at bigat ng kasalanan, at magkaroon ng kapayapaan at kapahingahan ang tao.

2) Hindi problema ang mga baka, malaki ang pakinabang sa mga ito

Hindi lang nakakatulong sa mabibigat na trabaho ang mga baka, nagbibigay din ang mga ito ng gatas, karne, at balat. Lahat ng bahagi nito ay may pakinabang, mula ulo hanggang paa. Malaki din ang pakinabang ng mga tao kay Jesus. Sa pagpapahayag Niya ng ebanghelyo ng Langit sa mga mahihirap, mga maysakit, at mga pinabayaan, binigyan Niya ng aliw, pag-asa, at pinalaya mula sa kasamaan at pinagaling mula sa karamdaman at kahinaan ang mga ito. Kahit hindi Siya nakakakain o nakakatulog, ipinangaral Niya ang Salita ng Diyos sa kahuli-hulihang kaluluwa sa kahit na anong paraan. Dahil ini-alay Niya ang sariling buhay sa krus, binuksan Niya ang daan patungo sa kaligtasan ng mga makasalanang papunta sa Impiyerno.

3) Pinapalusog ng baka ang mga tao dahil sa karneng ibinibigay nito

Ibinigay ni Jesus ang laman at dugo Niya para kainin. Sa Juan 6:53-54, sinasabi Niya sa atin, "Katotohanang sinasabi Ko sa inyo, malibang inyong kainin ang laman ng Anak ng tao at inumin ang dugo Niya, wala kayong buhay sa inyong sarili. Ang kumakain ng Aking laman at umiinom ng Aking dugo ay may buhay na walang hanggan, at siya'y muli Kong bubuhayin sa huling araw."

Si Jesus ang Salita ng Diyos na dumating dito sa mundo sa katawang tao. Kaya ang pagkain ng laman Niya at pag-inom ng dugo Niya ay pagkain ng Salita Niya at pagsasabuhay nito. Kung ang tao ay nabubuhay dahil kumakain at umiinom sila, magkakaroon tayo ng buhay na walang hanggan at makakapasok tayo sa Langit kung kakainin natin ang Salita ng Diyos.

4) Binubungkal ng baka ang lupa para maging mabunga ito

Pinapangalagaan ni Jesus ang puso ng tao. Sa aklat ng Mateo kabanta 13, may talinhaga na nagkukumpara ng puso tao sa apat na magkakaibang klase ng lupa: tabing-daan; mabato; matinik; at matabang lupa. Magmula ng tubusin tayo ni Jesus mula sa mga kasalanan, nanahan na ang Banal na Espiritu sa puso natin para bigyan tayo ng kalakasan. Sa tulong ng Banal na Espiritu, magiging mabuting lupa ang mga puso natin. Habang nagtitiwala tayo sa dugo ni Jesus na naging daan para mapatawad ang lahat ng mga kasalanan natin, at maging masigasig sa pagsunod sa katotohanan, ang puso natin ay magiging mataba, mabuti, at mayabong na lupa. Tatanggapin natin ang mga biyaya sa espiritu at katawan sa pag-aani natin ng 30, 60 at 100 beses na mas higit pa sa ating itinanim.

Ano naman ang pagkakatulad ni Jesus at ng mga tupa?

1) Maamo ang tupa

Kapag binabanggit ang kababaang-loob at kaamuan ng isang tao, itinutulad natin siya sa tupa. Si Jesus ang pinakamaamong tao sa lahat. Ang Isaias 42:3 ay may sinasabi tungkol kay Jesus, "Ang sugatang tambo ay hindi Niya babaliin, ni ang mitsa na bahagyang nagniningas ay hindi Niya papatayin." Matiyagang naghihintay si Jesus para magbago ang mga gumagawa ng masama at mga naliligaw ng landas, at kahit mga taong nagsisisi pero paulit-ulit pa ring nagkakasala. Kahit si Jesus ay Anak ng Diyos na Manlilikha at may kapangyarihang wasakin ang sangkatauhan, nananatili Siyang matiyaga sa atin, ipinapakita Niya ang pag-big Niya kahit ipinapako Siya sa krus ng masasamang tao.

2) Masunurin ang tupa

Sumusunod ang tupa saan man ito dalhin ng pastol. Tahimik lang ito kahit ito ay inaahitan ng balahibo. Mababasa sa 2 Mga Taga-Corinto 1:19, "Sapagkat ang Anak ng Diyos, si Jesu-Cristo na ipinangaral namin sa inyo sa pamamagitan ko, ni Silvan at ni Timoteo, ay hindi 'Oo' o 'Hindi' , kundi sa Kanya ay palaging 'Oo'". Hindi ipinilit ni Jesus ang kagustuhan Niya, nanatili Siyang masunurin sa Diyos hanggang sa kamatayan. Sa buong buhay Niya, pinuntahan Niya ang mga lugar na pinili ng Diyos, at ginawa Niya kung anong ipinagagawa ng Diyos sa Kanya. Sa bandang huli, kahit batid Niya na mamamatay Siya sa krus, ipinasan Niya ito para tuparin ang kalooban ng Diyos.

3) Malinis ang tupa

Ang binabanggit dito ay 1 taong gulang na tupang lalaki na walang kapintasan (Exodo 12:5). Ang tupang nasa ganitong edad ay pwedeng ikumpara sa isang nakakagiliw at banal na tao na nasa kabataan, o kaya sa walang bahid at dumi na si Jesus. Nagbibigay ng balahibo, karne, at gatas, ang mga tupa; hindi ito nananakit, pinapakinabangan sila ng mga tao. Binanggit kanina, ibinigay ni Jesus ang laman at dugo Niya, pati ang kahuli-hulihang bahagi ng sarili Niya. Bilang ganap na pagsunod sa Diyos Ama, tinupad ni Jesus ang kalooban nito at winasak ang pader ng kasalanan sa pagitan ng Diyos at ng mga makasalanan. Kahit ngayon, pinapangalagaan Niya ang mga puso natin para ito ay maging malinis at mabunga.

Kung ang isang tao ay tinubos mula sa kasalanan sa pamamagitan ng mga baka at tupa noong panahon ng Lumang

Tipan, ibinigay ni Jesus ang sarili bilang sakripisyo sa krus para tuparin ang walang hanggang pagtubos dahil sa pagdanak ng dugo Niya (Sa Mga Hebreo 9:12). Ayon sa pagtitiwala natin sa katotohanang ito, dapat maging maliwanag ang pagkaintindi natin kung bakit naging sakripisyo si Jesus na katanggap-tanggap sa Diyos para maging mapagpasalamat tayo palagi sa pag-ibig at pagpapala ni Jesu-Cristo at tumulad sa Kanya.

Kabanata 3

Alay na Sinusunog

"Susunugin ng pari ang kabuuan nito sa ibabaw ng dambana bilang handog na sinusunog, isang handog na pinaraan sa apoy na isang mabangong samyo sa PANGINOON."

Levitico 1:9

1. Kahulugan ng Alay na Sinusunog

Pinakaunang paraan ng paghahandog ang alay na sinusunog na nakatala sa aklat ng Levitico. Ang 'etymology' o kahulugan ng 'alay na sinusunog' ay 'itataas sa Diyos'. Ito ay sakripisyong inilalagay sa altar at sinusunog. Sinisimbulo nito ang buong pagsasakripisyo ng tao, ang katapatan niya, at taos-pusong paglilingkod. Ito ang pinakapangkaraniwang paraan ng pag-aalay at tanda ng katotohanang pinasan ni Jesus ang mga kasalanan at inihandog ang sarili bilang sakripisyo kaya nagiging mabangong samyo ng alay para sa Diyos (Efeso 5:2). Nalulugod ang Diyos sa mabangong samyo ng hayop na sinusunog.

Hindi nalulugod ang Diyos dahil literal Niyang naamoy ang hayop na alay na sinusunog, ang ibig sabihin nito ay tinatanggap Niya ang mabangong samyo ng puso ng taong nag-aalay. Sinusuri ng Diyos kung gaano ang pagsamba ng taong nag-aalay at kung anong klase ang pag-ibig ng taong ito para sa Kanya.

Ang pagpatay sa isang hayop para ihandog sa Diyos bilang alay na susunugin ay nangangahulugang ibinibigay ang buhay nito sa Kanya at susunod sa lahat ng iniuutos Niya. Sa madaling salita, ang kahulugan ng alay na sinusunog ay paghahandog ng lahat ng aspeto ng buong buhay sa malinis at banal na paraan ayon sa Salita ng Diyos.

Sa panahon ngayon, ito ay pagpapakita ng taos-pusong paghandog ng buhay sa Diyos ayon sa kalooban Niya sa pagdalo sa mga pagsamba tuwing Pasko ng Muling Pagkabuhay, Pagdiriwang sa Panahon ng Tag-ani, Pagpapasalamat, Pasko, at pagsamba tuwing Linggo. Nagpapatunay na tunay na mga anak tayo ng Diyos at Siya ang nagmamay-ari ng mga espiritu natin ang pagsamba sa Diyos bawat Linggo.

2. Isang Sakripisyo para sa Alay na Sinusunog

Iniutos ng Diyos na dapat 'lalaki at walang kapintasan' ang hayop na susunugin bilang alay, sa madaling salita, perpekto ito. Nais Niyang ito ay lalaki dahil karaniwan, sila ang mas tapat sa kanilang mga prinsipyo kaysa sa mga babae. Hindi sila urong-sulong o paiba-iba, mandaraya, at nag-aalinlangan. Ang nais ng Diyos na 'walang kapintasan' ang handog ay nangangahulugang pagsamba sa Kanya sa espiritu at katotohanan, hindi dapat sumamba nang may mabigat na kalooban.

Kapag nagbibigay tayo ng regalo sa mga magulang natin, malugod nilang tatanggapin ito kung ibibigay natin ito sa kanila nang may halong pag-ibig at pagmamahal. Kung hindi taos sa puso nating magbigay, hindi nila tatanggapin ito ng masaya. Tulad nito, hindi tatanggapin ng Diyos ang pagsambang inihahandog sa Kanya kung ito ay walang sigla, o kung kayo ay pagod, inaantok, o magulo ang isip. Tatanggapin lang Niya ito kung ito ay nagmumula sa kaibuturan ng mga puso natin at puno ng pag-asa para sa walang hanggang buhay sa Langit, kung ito ay pagpapasalamat sa pagpapalang kaligtasan, at pagpapakita ng pagmamahal sa ating Panginoon. Kung gagawin natin ito, bibigyan tayo ng Diyos ng daan para maka-iwas sa mga tukso at dalamhati, at magiging mabuti ang lahat ng bagay para sa atin.

Ang baka na iniutos ng Diyos na ihandog sa Levitico 1:5 ay tumutukoy sa 'guya' na hindi pa nagamit pang-kasta. Sa espirituwal na diwa, tumutukoy ito sa pagiging dalisay at marangal ni Jesu-Cristo. Kaya sa talatang ito, makikita natin ang hangarin ng Diyos na humarap tayo sa Kanya ng mayroong dalisay at tapat na puso, tulad ng isang batang inosente na masunurin, simple, at mapagpakumbaba at hindi parang bata sa kilos at pag-iisip.

Maliit pa ang sungay ng guya, hindi pa ito pwedeng makasakit at makagawa ng masama sa iba. Mga katangian din ito ni Jesu-Cristo, magiliw, mapagpakumbaba, maamo. Dahil si Jesu-Cristo ay ang walang kasalanan at perpektong Anak ng Diyos ang alay na itinutulad sa Kanya ay dapat walang bahid at perpekto din.

Sa Malakias 1:6-8, mahigpit na pinagsabihan ng Diyos ang mga Israelita dahil nag-alay ito sa Kanya ng mga bulok at may depektong handog:

"'Iginagalang ng anak ang kanyang ama, at ng mga utusan ang kanilang amo. Kung Ako nga'y isang ama, nasaan ang karangalang nararapat sa Akin? At kung Ako'y amo, nasaan ang paggalang na para sa Akin?' sinasabi ng PANGINOON ng mga hukbo sa inyo, O mga pari, na humahamak sa Aking pangalan, inyong sinasabi, 'Paano namin hinahamak ang Iyong pangalan?' Kayo'y naghahandog ng maruming pagkain sa Aking dambana. At inyong sinasabi, 'Paano Ka namin nilalapastangan?' sa inyong sinasabing 'ang hapag ng PANGINOON ay hamak.' 'Kapag kayo'y naghahandog ng mga bulag na hayop bilang alay, di ba masama iyon? At kapag kayo'y naghahandog ng pilay at maysakit, hindi ba masama iyon? Subukan mong ihandog iyon sa iyong gobernador, masisiyahan kaya siya sa iyo o papakitaan ka niya ng kabutihan?' sabi ng PANGINOON ng mga hukbo."

Magbigay tayo sa Diyos ng malinis, walang mali, at perpektong alay, sambahin natin Siya sa espiritu at katotohanan.

3. Kahulugan ng Bawat Klase ng Alay

Nakatingin sa puso ng tao ang Makatarungang Diyos ng Pag-ibig. Hindi Siya nakatingin sa dami, halaga, o presyo ng alay kundi sa pagmamahal at pananampalataya ng taong naghahandog ayon sa kanyang kakayahan. Sinasabi Niya sa 2 Mga Taga-Corinto 9:7, "Ang bawat isa ay magbigay ayon sa ipinasiya ng kanyang puso, hindi mabigat sa kalooban, o dala ng pangangailangan, sapagkat iniibig ng Diyos ang nagbibigay na masaya." Malugod na tatanggapin ng Diyos kung masaya tayong maghahandog ayon sa kakayahan natin.

Sa aklat ng Levitico kabanata 1, detalyado ang pagpapaliwanag ng Diyos kung paano ihahandog ang batang baka, tupa, kambing, at mga ibon. Kahit pinakakarapat-dapat ang guya na walang kapintasan para ialay bilang handog na susunugin, hindi lahat ng tao ay may kakayahang bumili ng guya. Dahil mahabagin at mapagmahal ang Diyos, pinapayagan Niya ang mga tao na magalay sa Kanya ng mga tupa, kambing, o kalapati ayon sa kakayahan at kalagayan ng buhay ng bawat isa. Ano ang espirituwal na kahulugan nito?

1) Tinatanggap ng Diyos ang mga alay na ibinibigay sa Kanya ayon sa kakayahan ng bawat tao

Magkakaiba ang kakayahang pampinansyal at kalagayan ng bawat tao. Ang kakaunting halaga sa ibang tao ay malaking halaga sa iba. Dahil dito, malugod na tinanggap ng Diyos ang mga alay na tupa, kambing, o mga kalapati na iniaalay ng mga tao, ayon sa kanilang kakayahan. Ito ang pag-ibig ng makatarungang Diyos, hinahayaan Niyang makibahagi ang lahat, mayaman at mahirap, sa paghahandog ayon sa kanilang kakayahan.

Hindi malugod ang pagtanggap ng Diyos sa alay na kambing ng isang taong may kakayahang mag-alay ng baka. Pero malugod na tatanggapin ng Diyos ang alay na guya ng isang taong tupa lang ang kayang bilhin. Sinabi ng Diyos na kahit guya, tupa, kambing, o kalapati man ang alay, bawat isa sa mga ito ay 'mabango at maaliwalas na samyo' para sa Kanya (Levitico 1:9;13;17). Ibig sabihin, kahit magkakabiba ang antas ng handog na ibinibigay, kung ibinigay natin ito mula sa kaibuturan ng ating mga puso, wala silang pagkakaiba sa isa't isa dahil ang puso natin ang tinitingnan ng Diyos. Lahat ng mga ito ay mabango at maaliwalas na samyo para sa Kanya.

Sa Marcos 12:41-44, may isang tagpo kung saan pinuri ni Jesus ang isang mahirap na balo na nagbigay ng handog. Ang ibinigay niyang dalawang kusing ay pinakamaliit na halaga noong panahong iyon, pero iyon ang pinakamalaki para sa balo dahil iyon lang ang pera niya. Kahit gaano kaliit ang handog natin, kung ibibigay naman natin ito ng may galak sa puso at naaayon sa kakayahan natin, ito ay handog na kalulugdan Niya.

2) Tinatanggap ng Diyos ang pagsamba ayon sa pag-unawa ng bawat tao

Sa pakikinig ng Salita ng Diyos magkakaiba ang pag-intindi at pagpapalang tinatanggap ng bawat isa ayon sa kanilang talino, pinag-aralan, at kaalaman. Kahit sa iisang pagsamba, ang kakayahan sa pag-intindi at pag-alala ng Salita ng Diyos ng mas matatalino at may pinag-aralan ay iba sa mga taong hindi kasing talino at kulang sa pinag-aralan. Dahil batid ito ng Diyos, nais Niya na sumamba ang isang tao ayon sa kanyang talino at mula sa kaibuturan ng kanyang puso, at unawain at sundin ang Salita ng Diyos.

3) Tinatanggap ng Diyos ang pagsamba ayon sa edad at pag-unawa ng tao

Habang tumatanda ang isang tao nagbabago ang kanilang memorya at pag-unawa. Kaya maraming matatandang nahihirapang maintindihan at matandaan ang Salita ng Diyos. Pero kung magiging tapat at maalab sa pagsamba ang mga taong ito, malugod na tatanggapin ng Diyos ang pagsamba nila dahil batid Niya ang kalagayan nila.

Tandaan ninyo, kapag sumasamba ang isang tao sa tulong ng Banal na Espiritu, sasakanya ang kapangyarihan ng Diyos kahit kulang siya sa karunungan o kaalaman, o napakatanda na niya. Sa inspirasyon na ibibigay ng Banal na Espiritu, tutulungan siya ng Diyos para magpalakas sa pamamagitan ng Salita. Kaya huwag kayong susuko, sasabihing, "Hindi ko kaya" o "Sinubukan ko, pero wala pa rin," sikapin ninyong gawin ang lahat ng taos-puso at hingin ang kapangyarihan ng Diyos. Malugod na tatanggapin ng ating Diyos ng Pag-ibig ang mga alay na ibibigay sa Kanya ayon sa pagsisikap, kalagayan, at situwasyon ng bawat isa. Ito ang dahilan kung bakit detalyado Niyang itinala sa aklat ng Levitico ang tungkol sa mga alay na sinusunog at ipinapahayag ang Kanyang katarungan.

4. Mga Alay na Baka (Levitico 1:3-9)

1) Baka na walang kapintasan sa pintuan ng Toldang Tipanan

Nasa loob ng tabernakulo ang Santuwaryo at ang Dakong Kabanal-banalan. Pari lang ang pwedeng pumasok sa Santuwaryo, at punong pari lang sa Dakong ng Kabanal-banalan isang beses sa isang taon. Hindi pwedeng pumasok ang pangkaraniwang tao sa loob nito kaya naghahandog sila ng alay na sinunog na batang baka sa pintuan ng toldang tipanan.

Pero dahil winasak ni Jesus ang pader ng kasalanan sa pagitan natin at ng Diyos, pwede na tayong magkaroon ng harapan at malapit na relasyon sa Diyos. Kasama sa mabubuting gawa ng mga tao noong panahon ng Lumang Tipan ang pag-aalay sa pintuan ng toldang tipanan. Gayon pa man, dahil templo na ng Banal na Espiritu ang puso natin at dito Siya nananahan at nakikipag-ugnayan sa atin ngayon, mayroon na tayong karapatan na humarap sa Diyos sa dakong kabanal-banalan.

2) Paglapat ng kamay sa ulo ng alay na susunugin at papatayin para ipasa ang kasalanan

Mababasa sa aklat ng Levitico 1:4 at sa sumusunod na talata, "Ipapatong niya ang kanyang kamay sa ulo ng alay na susunugin at ito ay tatanggapin para sa ikatutubos niya. At kanyang papatayin ang toro sa harapan ng PANGINOON." Ang pagpatong ng kamay sa ulo ng alay na susunugin ay sumisimbulo ng pagpasa ng kasalanan dito. Ito ang magiging daan para patawarin ng Diyos ang kasalanan sa pamamagitan ng dugo ng alay na sinunog.

Ang pagpatong ng kamay kasabay ng pagpasa ng kasalanan ay simbulo din ng pagbasbas at pagtatalaga. Nabasa natin na ipinapatong ni Jesus ang kamay Niya kapag nagbabasbas Siya ng mga bata, o nagpapagaling ng mga taong maysakit at mahina. Sa pamamagitan ng pagpatong ng kamay, ipinapasa ng mga apostol ang Banal na Espiritu sa mga tao at mas nagiging masagana ang mga kaloob. Nangangahulugan din na ibinibigay sa Diyos ang isang bagay na pinatungan ng kamay. Kapag ipinapatong ng pastor ang kamay niya sa mga kaloob, ang ibig sabihin nito ay ibinibigay na ito sa Diyos. Ang layunin ng bendisyon o basbas sa pagtatapos ng pangangaral ng Salita ng Diyos, ng pagsamba, at ng pulong panalangin sa pamamagitan ng Panalangin ng Panginoon ay para malugod na tanggapin ng Diyos ang mga gawain at pulong na ito. Sa Levitico 9:22-24, ay may tagpong 'itinaas ni Aaron ang mga kamay niya sa harapan ng mga tao para sila ay basbasan' pagkatapos ibigay sa Diyos ang mga kasalanan at handog na sinunog ayon sa paraan na itinuro Niya. Pagkatapos nating sundin ang kabanalan ng araw ng Sabbath at tapusin ang pagsamba sa bendisyon, poprotektahan tayo ng Diyos mula sa kaaway na diyablo at Satanas, pati sa mga tukso at dalamhati para magkaroon tayo ng umaapaw na mga biyaya.

Anong kahulugan ng pagpatay ng batang bakang lalaki na walang kapintasan bilang alay na susungin? Dahil ang kabayaran ng kasalanan ay kamatayan, pumapatay ang isang tao ng hayop sa halip na siya ang mamatay. Nakakagiliw ang batang bakang lalaki na hindi pa kumakasta, parang inosenteng bata. Nais ng Diyos na bawat isang taong nagbibigay ng alay na sinusunog na magkaroon ng pusong tulad ng inosenteng bata at hindi na magkasalang muli. Nais Niyang pagsisihan ng tao ang kanilang kasalanan at gawing matatag ang kanyang puso.

Batid ni apostol Pablo kung ano ang nais ng Diyos, kaya, kahit napatawad na ang mga kasalanan niya at natanggap ang kapangyarihan bilang anak ng Diyos, "namamatay pa rin siya araw-araw". Sinabi niya sa 1 Mga Taga-Corinto 15:31, "Ako'y namamatay araw-araw! Mga kapatid, iyon ay kasing-tiyak ng aking pagmamapuri sa inyo," dahil pwede nating ialay ang katawan natin bilang banal at buhay na sakripisyo para sa Diyos kung naiwaksi na natin ang lahat ng bagay na laban sa Kanya tulad ng pusong masama, kayabangan, kasakiman, sariling mga haka-haka, pagmamalinis, at iba pang bagay na masama.

3) Winiwisik ng pari ang dugo sa paligid ng altar

Pagkatapos patayin ang batang baka kung saan ipinasa ang kasalanan ng taong naghahandog, iwiwisik ng pari ang dugo ng hayop sa paligid ng altar na nasa may pintuan ng toldang tipanan. Mababasa natin sa Levitico 17:11 ang dahilan, "Sapagkat ang buhay ng laman ay nasa dugo, at aking ibinigay sa inyo sa ibabaw ng dambana upang ipantubos sa inyong mga kaluluwa, sapagkat ang dugo'y siyang tumutubos dahil sa buhay." Sinisimbulo ng dugo ang buhay. Ito rin ang dahilan kung bakit dumanak ang dugo ni Jesus para tubusin tayo mula sa kasalanan.

Sinisimbulo ng "sa paligid ng altar" ang silangan, kanluran, timog, at hilaga, at sa mas simpleng kahulugan, kahit saan pumunta ang isang tao. Ang pag-wisik ng dugo sa paligid ng altar ay nangangahulugan na ang kasalanan ng tao ay patatawarin saan man siya pumunta. Ibig sabihin, patatawarin tayo sa mga kasalanan natin, at tatanggapin natin ang direksyon mula sa Kanya saan man Niya naising papuntahin tayo, papalayo sa lugar na dapat nating iwasan.

Ganito pa rin ngayon, ang altar ay pulpito kung saan ipinapangaral ang Salita ng Diyos, ang lingkod ng Panginoon na nanguunguna sa pagsamba ay ang pari na nagwiwisik ng dugo. Nakikinig tayo sa Salita ng Diyos sa mga pagsamba at ayon sa ating pananampalataya at kalakasan ng dugo ng ating Panginoon, tinatanggap natin ang kapatawaran ng lahat ng ginawa nating laban sa kalooban ng Diyos. Sa sadaling napatawad na tayo mula sa mga kasalanan sa pamamagitan ng dugo, dapat tayong pumunta kung saan naisin ng Diyos at lumayo sa kasalanan.

4) Tinatanggalan muna ng balat ang hayop na iaalay bago hati-hatiin

Ang hayop na ihahandog bilang alay na susunugin ay dapat tanggalan muna ng balat bago sunugin ng apoy. Matigas ang balat ng hayop, mahirap sunugin, at kapag nasunog naman, may mabahong amoy. Kaya, para maging alay ito na may mabangong samyo, dapat munang tanggalin ang balat nito. Saang aspeto ng pagsamba ngayon pwedeng ikumpara ang prosesong ito?

Inaamoy ng Diyos ang samyo ng taong sumasamba sa Kanya, hindi Niya ito tinatanggap kung hindi ito mabango. Para sumamba sa paraang kaayaaya sa harapan ng Diyos dapat nating "iwaksi ang ugaling nabahiran ng kamunduhan at humarap sa Diyos sa makadiyos at banal na paraan." Sa buong buhay natin may dumadating sa atin na iba't ibang aspeto ng buhay na hindi tatawaging kasalanan sa harapan ng Diyos pero hindi rin pwedeng sabihing makadiyos o banal. May mga ugali tayong makamundo bago tayo naging Cristiano na nasa atin pa rin, at pwede pa ring lumabas ang pagiging maluho, hambog, at mayabang natin.

Halimbawa, may mga taong mahilig pumunta sa mga bilihan ng mga damit at gamit para mag-'window shop', nakaugalian na nilang mamili. Ang iba naman ay walang ginawa kundi maglaro ng video games o manood ng telebisyon. Kung nakatuon ang puso natin sa mga ganitong bagay, lalayo tayo sa pag-ibig ng Diyos. Bukod dito, kung susuriin natin ang ating sarili, makikita natin ang bahid ng kasamaan at mga depekto dahil sa kamunduhan sa harapan ng Diyos. Para maging perpekto sa harapan ng Diyos, iwaksi natin ang lahat ng ito. Kung sasambahin natin Siya, pagsisihan muna natin ang lahat ng makamundong aspeto ng buhay. Dapat mas maging banal at makadiyos ang puso natin.

Katumbas ng pagtanggal ng balat ng hayop na iaalay para sunugin ang pagsisisi sa makasalanan, marumi, at mga kamunduhan bago sumamba. Para matupad ito, ihanda natin ang puso natin, pumunta tayo ng maaga sa iglesya. Magpasalamat kayo a Kanya dahil pinatawad Niya kayo sa mga kasalanan ninyo at prinotektahan Niya kayo. Suriin ninyo ang sarili, manalangin kayo at magsisi.

Kapag nag-aalay ang isang tao sa Diyos ng hayop na tinanggalan ng balat, hinati-hati, at sinunog, papatawarin sila ng Diyos mula sa mga kasalanan at pagsuway. Hinahayaan Niyang gamitin ng pari ang matitirang balat sa kahit anong paraang gusto nito. Ang paraan ng paghati-hati ng hayop ay puputulin ang ulo at mga paa, tagiliran, likuran, at paghihiwalayin ang laman-loob.

Kapag naghahain tayo ng prutas tulad ng pakwan o mansanas sa mga nakatatanda sa atin, hindi natin ibibigay sa kanila ang buong prutas, binabalatan natin ito at inaayos sa plato. Ganito rin kapag naghahandog sa Diyos. Hindi ito sinusunog ng buo.

Ano ang espirituwal na kahulugan ng 'paghati-hati' ng handog?

Una, hinihiwalay sa bawat klase ang pagsambang ibinibigay sa Diyos. Mayroong Pagsamba sa Linggo ng Umaga at Pagsamba sa Linggo ng Gabi. Pagsamba sa Miyerkules ng Gabi, at Magdamag na Pagsamba Tuwing Biyernes. Katumbas ng paghahati-hati ng pagsamba ang 'paghahati-hati' ng handog.

Pangalawa, katumbas ng nilalaman ng panalangin natin ang 'paghahati-hati' ng handog. Kadalasan, nahahati ang panalangin sa pagsisisi at pagtaboy ng masasamang espiritu, at susundan ito ng pagpapasalamat. Pagkatapos, mananalangin para sa iglesya, pagtatayo ng Santuwaryo, mananalangin para sa mga pastor at mga manggagawa ng iglesya, pagtupad ng inyong tungkulin, pagbuti at pagsagana ng inyong kaluluwa, mananalangin para sa mga hangarin ng inyong puso, at pagtatapos ng panalangin.

Siyempre, pwede tayong manalangin habang naglalakad sa kalye, nagmamaneho ng sasakyan, o nagpapahinga. Pwede tayong magkaroon ng panahon ng pagsasama-sama habang nagninilay tungkol sa Diyos at sa ating Panginoon. Tandaan ninyo, maliban sa oras ng pagninilaynilay, ang pagsunod sa mga paksa na idadalangin ay kasinghalaga din ng paghati-hati ng alay. Malugod na tatanggapin ng Diyos ang panalangin ninyo, sasagutin Niya ito agad.

Pangatlo, ang paghahati-hati ng alay ay nangangahulugang nahahati sa 66 na aklat ang Biblia. Ipinapaliwanag ng 66 na aklat ng Biblia ang tungkol sa buhay na Diyos at ang kalooban ng Diyos tungkol sa kaligtasan kay Jesu-Cristo. Pero kahit mayroong 66 na aklat ang Biblia iisa ang diwa ng nilalaman ng mga ito. Dahil sa pagkakahati-hati sa magkakaibang kategorya ng Salita ng Diyos mas maayos at mas madali natin itong mauunawaan at maisasapuso.

Pang-apat, ito ang pinakamahalaga sa lahat, ang 'paghati-hati' ng handog ay nangangahulugang ang pagsamba mismo ay nahahati at binubuo ng iba't ibang sangkap. Mayroong maiksing oras para sa pagninilaynilay para paghandaan at simulan ang pagsamba, pagkatapos nito, mayroong panalangin ng pagsisisi. Nagwawakas ang pagsamba sa 'Lord's Prayer' o sa isang pagbasbas. Sa kalagitnaan ng mga nabanggit, ipinapahayag ang Salita ng Diyos, mayroong pananalangin, pag-awit ng papuri, pagbabasa ng mga talata ng Biblia, pagkakaloob, at iba pang sangkap. May kahulugan ang bawat proseso, at ang pagsamba na may kaayusan ay katumbas ng paghahati-hati ng sakripisyong alay.

Dapat tayong tumuon sa buong pagsamba, mula sa simula hanggang sa matapos, tulad ng pagsunog ng lahat ng bahagi ng sakripisyo. Hindi dapat mahuli sa oras o tumayo o umalis habang may pagsamba para asikasuhin ang mga personal na bagay hangga't hindi kinakailanagan. May mga taong mayroong tungkuling ginagampanan sa iglesya tulad ng 'ushers', pinapayagan silang tumayo o lumakad habang may pagsamba. Mayroong nahuhuli sa Pagsamba sa Gabi ng Miyerkules at Magdamag na Pagsamba Tuwing Biyernes kahit gusto nilang makarating sa oras, pinapayagan ito dahil pumapasok sila sa trabaho o kaya naman may pangyayaring hindi inaasahan. Pero, ang puso ng tao ang tinitingnan ng Diyos, tatanggapin Niya ang mabangong samyo ng kanilang pagsamba.

5) Aapuyan ng pari ang altar, aayusin niya ang kahoy na gagamitin

Pagkatapos paghati-hatiin ang handog na susunugin, dapat ayusin at apuyan ng pari ang lahat ng bahagi sa altar. Inutusan ang pari na "apuyan ang altar at ayusin ang kahoy sa apoy". Ang espirituwal na kahulugan ng 'apoy' dito ay apoy ng Banal na Espiritu at ang 'kahoy sa apoy' ay ang nilalaman at ang konteksto ng Biblia. Bawat salita sa 66 na aklat ng Biblia ay gagamiting kahoy na panggatong. "Ayusin ang kahoy sa apoy" sa diwang espirituwal ay gawing pagkaing espirituwal ang bawat salita sa 66 na aklat na nilalaman ng Biblia sa tulong ng Banal na Espiritu.

Halimbawa, sa Lucas 13:33, sinasabi ni Jesus, "Hindi maaari na ang isang propeta ay mamamatay sa labas ng Jerusalem." Walang saysay kung hahanapan ng literal na kahulugan ang talatang ito. Marami tayong kilalang lingkod ng Diyos tulad nina apostol Pablo at Pedro na "namatay sa labas ng Jerusalem". Pero sa talatang ito, hindi ang 'pisikal na lunsod ng Jerusalem' ang tinutukoy kundi isang lunsod na nagtataglay ng puso at kalooban ng Diyos. Ang tinutukoy dito ay 'espirituwal na Jerusalem', ibig sabihin, 'Salita ng Diyos'. Kaya ang kahulugan ng talatang binanggit ay nabubuhay at namamatay ang isang propeta ng Diyos loob o sa hangganan ng Salita ng Diyos.

Hindi natin maiintindihan ang nakasaulat sa Biblia at ang mga sermon na naririnig natin sa mga pagsamba kung hindi tayo tutulungan ng Banal na Espiritu. Kahit anong bahagi ng Salita ng Diyos na lampas sa kaalaman, saloobin, at haka-haka ng tao ay maiintindihan sa tulong ng Banal na Espiritu. Tutulungan Niya tayong magtiwala sa Salita mula sa kaibuturan ng ating puso. Ibig sabihin, lalago ang espiritu natin kung naiintindihan natin ang Salita ng Diyos sa tulong ng kapangyarihan at inspirasyon ng Banal na Espiritu. Dahil dito nababatid natin ang kalooban ng Diyos at ito ay naitatanim at lumalago sa puso natin.

6) Inaayos ang mga hinati-hating piraso, ang Ulo at ang Taba sa ibabaw ng kahoy na inapuyan sa altar

Mababasa sa Levitico 1:8, "Aayusin ng mga paring anak ni Aaron ang mga bahagi, ang ulo, at ang taba sa kahoy na nakapatong sa apoy na nasa ibabaw ng dambana." Dapat ayusin ng pari ang mga bahaging hinati-hati, kasama dito ang ulo at taba.

Ang pagsunog ng ulo ng handog ay nangangahulugang sinusunog ang masasamang kaisipan at kalooban na nagmumula sa pag-iisip. Ito ay sapagkat nagmumula sa pag-iisip ang lahat ng kasalanan. Hindi sasabihing makasalanan ang isang tao hangga't hindi nakikitang may ginagawa siyang kasalanan. Gayon pa man, mababasa natin sa 1 Juan 3:15, "Ang sinumang napopoot sa kanyang kapatid ay mamamatay tao." Itinuturing ng Diyos na kasalanan ang galit o pag-iisip ng masama.

Tinubos tayo ni Jesus mula sa ating mga kasalanan 2,000 taon na ang nakaraan. Tinubos Niya tayo mula sa mga kasalanan hindi lang ng mga kamay at paa natin kundi pati ng pag-iisip natin. Ipinako si Jesus sa mga kamay at paa Niya para tubusin tayo mula sa mga kasalanan na gagawin ng mga kamay at paa natin. Ipinutong sa ulo Niya ang koronang tinik para tubusin tayo mula sa mga kasalanan na magmumula sa isipan. Dahil pinatawad na tayo mula sa mga kasalanang iniisip natin, hindi na natin kailangang ibigay sa Diyos ang ulo ng handog natin. Sa halip na ulo ng hayop, dapat nating sunugin ang saloobin natin sa pamamagitan ng apoy ng Banal na Espiritu. Gawin natin ito sa pagwawaksi ng mga masasamang kaisipan at pag-iisip ng mabubuting bagay sa lahat ng oras.

Kapag katotohanan at kabutihan ang iisipin natin sa lahat ng oras, hindi na tayo mag-iisip ng masama at ng mga bagay na hindi mahalaga. Habang ginagabayan ng Banal na Espiritu ang mga tao sa pagwawaksi ng mga bagay na walang kabuluhan, at tinutulungan silang tumuon sa mensahe para itanim ito sa kanilang mga puso habang sumasamba, magagawa na nilang maghandog sa Diyos ng espirituwal na pagsamba na tatanggapin Niya.

Bukod dito, nagbibigay ng enerhiya sa tao at sa buhay mismo ang taba ng hayop. Naging sakripisyo si Jesus, dumanak ang dugo at tubig mula sa katawan Niya. Kapag nagtiwala tayo na si Jesus ay Panginoon natin, hindi na natin kailnagang maghandog ng taba ng hayop sa Diyos.

Pero ang 'pagtitiwala sa Panginoon' ay hindi tinutupad sa mga salitang "Naniniwala ako". Kung totoong naniniwala tayo na tinubos tayo ng Panginoon mula sa kasalanan, iwaksi natin ang mga kasalanan, magbagong buhay tayo sa tulong ng Salita ng Diyos, at magsulong ng banal na pamumuhay. Sa oras ng pagsamba, ibigay natin ang buong lakas natin - katawan, puso, kalooban, pagsisikap – at ihandog sa Diyos ang espirituwal na pagsamba. Kapag ibinigay ng isang tao ang buong lakas niya sa pagsamba, hindi lang maitatanim sa isipan niya ang Salita ng Diyos, matutupad pa niya ito sa puso niya. Kapag natupad ang Salita ng Diyos sa puso ng isang tao, magiging buhay, kalakasan, at mga biyaya ito sa espiritu at katawan.

7) Hinuhugasan ng pari sa tubig ang lahat ng laman-loob, at mga paa, at sinusunog sa altar bilang alay

Kung ang ibang bahagi ng hayop ay hinahandog kahit hindi hinugasan, iniutos ng Diyos na hugasan muna ang mga paa at laman-loob bago ihandog ang mga ito. Tumutukoy ang 'hugasan ng tubig' sa pagtanggal ng mga dumi sa buhay ng taong nag-aalay. Anong mga dumi ang huhugasan? Kung hinugasan ng tubig ang mga karumihan ng handog noong panahon ng Lumang Tipan, hugasan dapat ng mga tao sa Bagong Tipan ang dumi sa puso bago maghandog.

Sa Mateo kabanata 15, makikita ang isang tagpo kung saan pinagsabihan ng mga Fariseo at eskriba ang mga disipulo ni Jesus dahil hindi sinunod ng mga ito ang tradisyon tungkol sa paghuhugas ng mga kamay bago kumain. Sinabi sa kanila ni Jesus, "Hindi ang pumapasok sa bibig ang nagpaparumi sa tao, kundi ang lumalabas sa bibig ang nagpaparumi" (talata 11). Nawawala ang epekto ng kinain sa katawan ng tao kapag inilabas na ang mga ito, pero ang lumalabas sa bibig ng tao na nagmumula sa puso ay mas matagal ang epekto. Nagpatuloy si Jesus sa mga talata 19- 20, "Sapagkat nagmumula sa puso ang masasamang pag-iisip, pagpatay, pangangalunya, pakikiapid, pagnanakaw, pagsaksi sa kasinungalungan, at paglapastangan. Ito ang mga bagay na nagpaparumi sa tao; ngunit ang kumakain nang hindi naghuhugas ng kamay ay hindi nagpaparumi ng tao." Dapat nating linisin ang kasalanan at kasamaan sa puso sa pamamagitan ng Salita ng Diyos.

Kung gaano karaming Salita ng Diyos ang pumapasok sa puso natin, kasindami nito ang kasalanan at kasamaang matatanggal at malilinis mula sa atin. Halimbawa, kapag binabasa ng isang tao ang tungkol sa pag-ibig sa Salita ng Diyos at sisikaping isabuhay ito, maaalis sa puso niya ang galit. Kapag nagbasa siya tungkol sa pagpapakumbaba, papalitan nito ang pagyayabang niya. Kung tungkol sa katotohanan ang babasahin niya, mawawala ang kasinungalingan at pandaraya. Habang binabasa niya at isinasabuhay ang Salita, mas maraming naiwawaksing makasalanang likas. At siyempre, magpapatuloy sa paglago ang pananampalataya niya hanggang maabot ang sukat ng pagiging puspos ni Cristo. Mapapasakanya ang lakas at kapangyarihan ng Diyos ayon sa sukat ng pananampalataya niya. Hindi lang mga minimithi ng puso ang tatanggapin niya kundi mararanasan pa niyang mabiyayaan ang lahat ng aspeto ng buhay niya.

Kapag inilagay sa apoy, magbibigay ng mabangong samyo ang mga paa at laman loob ng hayop kapag hinugasan ang mga ito. May sinasabi ang Levitico 1:9 tungkol dito, "isang handog na pinadaan sa apoy na isang mabangong samyo sa PANGINOON." Kapag nagbigay tayo sa Diyos ng paglilingkod at pagsamba na totoo at espirituwal ayon sa sinabi Niya tungkol sa sinusunog na alay ang pagsambang ito ay magiging handog na kalulugdan ng Diyos at magbubukas ng pintuan para sa mga kasagutan Niya. Ang mga puso nating sumasamba ay mabangong samyo para sa Kanya, at kung nalulugod Siya, gagawin Niyang mabuti at masagana ang bawat aspeto ng buhay natin.

5. Ang Alay na Tupa o Kambing (Levitico 1:10-13)

1) Kambing o Tupa na Walang Kapintasan

Ang alay na tupa o kambing ay dapat bata at walang kapintasan, mga katangiang hinahanap din sa bakang ihahandog. Sa espirituwal na diwa, ang pagbibigay ng alay ay tumutukoy sa pagsamba sa Diyos ng may perpektong puso at mayroong pagpapasalamat at kagalakan. Ang utos ng Diyos na lalaking hayop ang ihandog ay sumisimbulo ng 'pagsamba na may matibay na paninindigan'. Kahit magkakaiba ang alay ayon sa pinansyal na kalagayan ng tao, ang saloobin ng taong naghahandog ay dapat palaging banal at perpekto.

2) Dapat patayin ang hayop na iaalay sa bandang hilaga ng altar, iwiwisik ng pari ang dugo nito sa apat na panig nito

Tulad ng ginawa sa handog na baka, ang layunin ng pagwiwisik ng dugo sa apat na panig ng altar ay para sa kapatawaran ng mga kasalanan na pwedeng gawin sa lahat ng dako – sa silangan, kanluran, hilaga, at timog. Kalooban ng Diyos na magkaroon ng kapatawaran sa pamamagitan ng dugo ng hayop na iniaalay sa Kanya para sa tao.

Bakit iniutos ng Diyos na patayin ang handog sa hilagang bahagi ng altar? Ang 'pahilaga' o 'hilagang bahagi' sa espirituwal na diwa ay lamig o dilim; tumutukoy ito sa isang bagay na pagdidisiplina o pagpapagalit ng Diyos dahil hindi Niya kinalulugdan.

Sa Jeremias 1:14-15 mababasa natin,

At sinabi ng PANGINOON sa akin, "Mula sa hilaga ay lalabas

ang kasamaan sa lahat ng naninirahan sa lupain. Sapagkat narito, tinatawag Ko ang lahat ng mga angkan ng mga kaharian ng hilaga," sabi ng PANGINOON. "Sila'y darating at bawat isa ay maglalagay ng kanya-kanyang trono sa pasukan ng mga pintuan ng Jerusalem, laban sa lahat ng pader nito sa palibot, at laban sa lahat ng lunsod ng Juda."

Sa Jeremias 4:6, sinasabi sa atin ng Diyos, "Kayo'y magsitakas upang maligtas, huwag kayong magsitigil; sapagkat Ako'y nagdadala ng kasamaan mula sa hilaga, at ng malaking pagkawasak." Makikita natin sa Biblia na ang 'hilagang bahagi' ay sumisimbulo ng pagdidisiplina at pagpapagalit ng Diyos kaya ang hayop na pinasahan ng lahat ng kasalanan ng tao ay dapat patayin sa 'hilagang bahagi' na sumisimbulo ng sumpa.

3) Ang alay ay hinati-hati at inaayos ang ulo at ang taba sa kahoy; ang mga laman-loob at ang mga paa ay hinugasan ng tubig; lahat ng ito ay sinunog sa altar

Katulad ng paraan ng pag-aalay ng sinunog na mga baka ang pag-aalay ng sinunog na tupa o kambing na ibinibigay sa Diyos para sa kapatawaran ng mga kasalanan na ginagawa ng mga kamay, mga paa, at pag-iisip. Ang Lumang Tipan ay anino ng Bagong Tipan. Nais ng Diyos na patawarin ang mga kasalanan natin hindi lang sa pamamagitan ng mga gawa kundi sa paglilinis ng mga puso natin sa pagsasabuhay ng Salita Niya. Ito ay ang paghahandog sa Diyos ng espirituwal na pagsamba ng buong pagkatao, ng buong puso at kalooban, at pagninilay sa Salita ng Diyos sa tulong ng Banal na Espiritu para maiwaksi ang mga kasamaan. Tutulungan Niya tayong makapamuhay ayon sa katotohanan.

6. Pag-aalay ng mga Ibon (Levitico 1:14-17)

1) Mga Batu-bato o Mga Kalapati

Kalapati ang pinakamaamo at matalino sa lahat ng ibon, madali silang turuan at mapasunod. Dahil malambot ang karne ng mga ito at maraming tulong ang naibibigay nila sa tao, iniutos ng Diyos na ito ang gawing alay. Nais ng Diyos ang batang kalapati, dahil malinis at maamo ang mga ito. Sinisimbulo ng kalinisan at kaamuan nito ang mga katangian ni Jesus na naging sakripisyo.

2) Dadalhin ng pari ang alay sa altar, puputulan ng ulo, babaliin niya ang mga pakpak nito pero hindi puputulin; Susunugin niya ito sa ibabaw ng altar, at ang dugo ay pipigain sa tabi nito

Dahil napakaliit lang ng batang kalapati, hindi na pwedeng hati-hatiin ito. Kakaunti din lang ang dugo nito. Dahil dito, puputulin lang ang ulo nito, at pipigain ang dugo, hindi tulad ng ibang hayop na dapat patayin sa hilagang bahagi ng altar. Ipapatong ng pari ang kamay niya ulo ng kalapati. Ang seremonya ng pagsisisi ay pagpiga ng dugo sa tabi ng altar dahil kaunti lang ang dugo ng kalapati, hindi na ito iwiwisik sa paligid ng altar.

Bukod dito, dahil napakaliit nga ng kalapati, hindi na ito makikilala kung hahati-hatiin pa ito, babaliin na lang ang mga pakpak. Ang mga pakpak ang nagbibigay ng buhay sa ibon. Sinisimbulo ng seremonyang ito na lubos na isinuko ng tao ang sarili at ibinigay na niya sa Diyos pati ang buhay niya.

3) Ihahagis sa silangang bahagi ng altar ang laman-loob at mga balahibo ng alay sa lalagyan ng mga abo

Bago apuyan ang alay, tatanggalin muna ang mga laman-loob at ang mga balahibo nito. Ipinapatapon ito ng Diyos dahil mahirap itong linisin, hindi tulad ng laman-loob ng mga baka, tupa, at kambing na hinuhugasan pa ng tubig at inaapuyan. Sinisimbulo ng pagtapon ng mga laman-loob at balahibo ng ibon ang paglilinis ng ating mga puso, at mga masasamang ugali sa pamamagitan ng pagsamba sa espiritu at katotohanan.

Ihahagis sa silangang bahagi ng altar sa lalagyan ng mga abo ang laman-loob at balahibo ng alay. Mababasa natin sa Genesis 2:8 na "naglagay ng halamanan ang Diyos sa silangang bahagi ng Eden." Ang espirituwal na kahulugan ng "silangan" ay lugar na pinapalibutan ng liwanag. Kahit sa mundo kung saan tayo naninirahan, sumisikat ang araw mula sa silangan. At kapag sumikat na ang araw, mapapawi na ang kadiliman.

Anong kahulugan ng paghagis ng laman-loob at mga balahibo ng kalapati sa silangang bahagi ng altar?

Sinisimbulo nito ang pagharap natin sa Panginoon, na Siyang Liwanag, pagkatapos nating iwaksi ang karumihan ng kasalanan at kasamaan dahil sa inihandog na sinunog na alay sa Diyos. Mababasa natin sa Efeso 5:13, "Subalit ang lahat ng bagay na inilantad sa pamamagitan ng liwanag ay nakikita," iwawaksi natin ang lahat ng kasalanan at kasamaan na makikita natin at magiging mga anak ng Diyos tayo sa paglapit natin sa Liwanag. Ang espirituwal na kahulugan ng paghagis ng karumihan ng alay sa bandang silangan ay pagwawaksi ng mga kasalanan natin at pagiging mga anak ng Diyos.

Sa pag-aalay ng sinunog na mga baka, tupa, kambing, at ibon, maiintindihan natin ang pag-ibig at katarungan ng Diyos. Iniutos Niyang magbigay ng mga alay na sinunog dahil gusto Niyang mabuhay ang mga Israelita ng may malapit na kaugnayan sa Kanya.

Kapag inaalala ninyo ito, umaasa akong sasamba kayo sa espiritu at katotohanan, hindi lang sa pagsunod sa araw ng Panginoon, kundi nag-aalay sa Diyos ng mabangong samyo ng inyong puso 365 araw sa buong isang taon. Pagkatapos, ang Diyos nating nangako, "Sa PANGINOON ikaw ay magpakaligaya, at ang mga nasa inyong puso ay ibibigay Niya" (Mga Awit 37:4), ay magbibigay sa atin ng umaapaw na kasaganahan at kamangha-manghang mga biyaya saan man tayo pumunta.

Kabanata 4

Ang Alay na Butil

"Kapag ang isang tao ay magdadala ng butil na handog bilang alay sa PANGINOON, dapat ang kanyang handog ay mula sa piling harina. Bubuhusan niya ito ng langis, at lalagyan ito ng kamanyang."

Levitico 2:1

1. Kahulugan ng Alay na Butil

Ipinapaliwanag ng Levitico 2 ang handog na butil at kung paano ito iaalay sa Diyos para maging banal at buhay na sakripisyo na kalulugdan Niya.

Gaya ng sinasabi sa Levitico 2:1, "Kapag ang isang tao ay magdadala ng butil na handog bilang handog sa PANGINOON, dapat na ang kanyang handog ay mula sa piling harina," ang butil na alay ay pinong butil na ibinibigay sa Diyos. Ito ay alay para magpasalamat sa Diyos sa ibinigay Niyang buhay at pagkain sa araw-araw. Sa panahon ngayon, sumisimbulo ito ng pagpapasalamat sa Diyos sa pag-iingat sa atin sa buong isang linggo. Ginagawa ito sa pagsamba sa araw ng Linggo.

Sa mga alay na ibinibigay sa Diyos, kinakailangan ang dugo ng mga hayop tulad ng baka, tupa, o kambing para sa alay para sa pagpapatawad ng kasalanan, Ang dahilan nito ay sapagkat tinitiyak nito na makakarating ang ating mga panalanagin sa Banal na Diyos. Pero ang alay na butil ay para magpasalamat, hindi kailangang dumanak ang dugo, at isinasabay ito sa alay na sinusunog. Ibinibigay ng tao sa Diyos ang unang ani at iba pang mabubuting bagay mula sa butil na inani nila bilang alay na butil dahil Siya ang nagbibigay ng mga binhing itatanim, pagkain, at nagpoprotekta sa atin hanggang sa susunod na panahon ng tag-ani.

Harina ang pinakamadalas ihandog bilang alay na butil. Ginagamit ang pinong harina, tinapay na niluto sa hurno, at sariwa at hinog na butil. Lahat ng ito ay tinitimplahan ng langis at asin, at dinadagdagan pa ng kamanyang. Sinusunog ang isang dakot na harina bilang alay para magbigay sa Diyos ng mabangong samyo na magbibigay sa Kanya ng kaluguran.

Mababasa natin sa Exodo 40:29, "Kanyang inilagay ang altar ng alay na sinusunog sa pintuan ng toldang tipanan, at naghandog doon ng alay na sinusunog, at ng alay na harina; gaya ng iniutos ng PANGINOON kay Moises." Iniutos ng Diyos na sabayan ng alay na butil ang alay na susunugin. Kaya maghahandog tayo sa Diyos ng tunay na espirituwal na pagsamba kung sasabayan natin ng paghahandog ng pagpapasalamat ang mga Pagsamba sa Araw ng Linggo.

Ang etimolohiya o salitang pinagmulan ng 'alay na butil' ay 'handog' at 'kaloob'. Nais ng Diyos na may dala-dala tayong mga alay para ipakita ang pagpapasalamat sa Kanya sa iba't ibang pagsamba. Dahil dito, sinasabi Niya sa atin sa 1 Mga Taga-Tesalonica 5:18, "Sa lahat ng bagay ay magpasalamat kayo, sapagkat ito ang kalooban ng Diyos kay Cristo Jesus para sa inyo," at sa Mateo 6:21, "Sapagkat kung nasaan ang iyong kayamanan, naroon din naman ang iyong puso."

Bakit natin pasasalamatan ang lahat ng bagay at bakit tayo mag-aalay ng butil sa Diyos? Una sa lahat, ang buong sangkatauhan ay nakatakdang mawasak dahil sa kasalanang ginawa ni Adan, pero ibinigay sa atin ng Diyos si Jesus bilang pambayad sa mga kasalanan natin. Tinubos tayo ni Jesus mula sa kasalanan, at dahil sa Kanya, nagkaroon tayo ng buhay na walang hanggan. Dahil Ama na natin ngayon ang Diyos na lumikha ng tao at ng lahat ng bagay sa sansinukob, mayroon na tayong kapangyarihan bilang mga anak Niya. Niloob Niyang maangkin natin ang walang hanggang Langit kaya dapat lang tayong magpasalamat sa Kanya.

Ibinibigay din sa atin ng Diyos ang araw at Siya rin ang nagpapa-ulan, nagdadala ng hangin, at ng klima na tinatamasa natin para makapag-ani tayo ng masagana para magkaroon tayo ng pagkain sa araw-araw. Dapat natin Siyang pasalamatan. Bukod dito, ang

Diyos din ang nagpoprotekta sa bawat isa sa atin sa mundong ito kung saan laganap ang kasalanan, kasamaan, karamdaman, at mga kalamidad. Sinasagot Niya ang mga panalangin ng mga mananampalataya, at palagi Niya tayong binibigyan ng mga biyaya para magkaroon tayo ng matagumpay na buhay. Kaya, dapat lang tayong magpasalamat sa Kanya!

2. Mga Klase ng Butil na Iniaalay

Sa Levitico 2:1, sinabi ng Diyos, "Kapag ang isang tao ay magdadala ng butil na handog bilang alay sa PANGINOON, dapat ang kanyang handog ay mula sa piling harina. Bubuhusan niya ito ng langis, at lalagyan ito ng kamanyang." Dapat pinuhin ang mga butil na iaalay sa Diyos. Ang utos ng Diyos na ito ay may kinalaman sa kalagayan ng puso natin kapag nag-aalay tayo sa Kanya. Para makagawa ng pinong harina mula sa mga butil, dumadaan ito sa maraming proseso. Ito ay binabalatan, dinudurog, at sinasala. Bawat isang proseso ay nangangailangan ng pagtitiyaga at pag-iingat. Magandang tingnan at mas malasa ang pagkaing ginamitan ng pinong harina.

Ang espirituwal na kahulugan ng utos ng Diyos na 'pinong harina' ang ihandog ay tatanggapin Niya ang mga alay na pinaghandaan nang may pagmamahal at kagalakan. Malugod Niyang tatanggapin ang alay na nagpapakita ng pagpapasalamat, hindi lang sa salita. Kaya kapag nagbibigay tayo ng ikapu at handog ng pagpapasalamat, tiyakin nating nag-aalay tayo nang buong puso para tanggapin ito ng Diyos ng may kaluguran.

Diyos ang pinuno ng lahat ng bagay at iniuutos Niyang magbigay ang tao sa Kanya ng mga alay, hindi dahil may kulang pa sa Kanya. May kapangyarihan Siya na dagdagan ang yaman ng bawat isang tao o bawiin ito mula sa kanila. Ang dahilan kung bakit iniuutos Niya na maghandog ay sapagkat nais Niya tayong bigyan ng mas malalaking biyaya sa pamamagitan ng mga alay nating may kasamang pananampalataya at pagmamahal.

Mababasa natin sa 2 Mga Taga-Corinto 9:6, "Ang naghahasik nang bahagya ay mag-aani rin nang bahagya at ang naghahasik nang sagana ay mag-aani rin ng sagana." Aanihin ng isang tao ang katumbas ng itinanim niya, ito ay batas ng espirituwal na kaharian. Para mabiyayaan Niya tayo ng mas masagana, itinuturo ng Diyos sa atin na maghandog ng pagpapasalamat.

Kapag pinaniwalaan natin ang katotohanang ito at maghahandog tayo ng alay, magbigay tayo nang buong puso. Kung nag-aalay tayo sa Diyos ng pinong harina, ibigay natin sa Kanya ang pinakamahalagang alay na walang bahid at dalisay.

Sumisimbulo din ng likas at buhay ni Jesus ang 'purong harina', pareho silang perpekto. Dapat nating malaman na kung gaano tayo kaingat sa paggawa ng purong harina, dapat din tayong magsulong ng buhay na masunurin at gumagawa.

Magkakaiba ang paraan ng paghahandog ng pinong harina bilang alay. Hinahaluan ng langis ang harina at iniluluto ito sa pugon, o kaya ibinubuhos ito sa kawali o sa kaldero. Pagkatapos, papausukin ito bilang alay sa altar. Ang kahulugan ng pag-aalay ng pinong harina sa iba't ibang paraan ay magkakaiba ang ikinabubuhay ng mga tao at magkakaiba rin ang dahilan nila sa pagpapasalamat.

Sa madaling salita, bukod sa mga dahilan kung bakit tayo nagpapasalamat tuwing araw ng Linggo, magpasalamat din tayo dahil sa mga tinanggap nating mga biyaya at kasagutan sa mga minimithi ng puso natin; dahil napagtagumpayan natin ang mga tukso at pagsubok sa pamamagitan ng pananampalataya;

at iba pang mga dahilan. Pero dahil iniutos sa atin ng Diyos na 'mapagpasalamat sa lahat ng bagay', hanapin natin ang mga dahilan kung bakit dapat magpasalamat, at pasalamatan natin ang mga ito sa tamang paraan. Kung susundin natin ito, tatanggapin ng Diyos ang mabangong samyo ng ating puso, bibigyan Niya tayo ng mas marami pang dahilan para magpasalamat.

3. Paghahandog ng Alay na Butil

1) Alay na Butil na pinong harina, nilagyan ng langis at kamanyang

Kapag binuhusan ng langis ang pinong harina, lalapot ang timpla nito, pwede na itong gawing masarap na tinapay. Kapag nilagyan ng kamanyang ang tinapay, mas tataas ang kalidad at magiging katakamtakam ito. Kapag dinala ito sa pari, kukuha siya ng isang dakot na harina mula dito, at ihahandog ang usok mula sa altar. Dito lalabas ang mabangong samyo.

Ano ang kahulugan ng pagbuhos ng langis sa harina?
Ang langis na tinutukoy dito ay natunaw na taba ng hayop at ang 'resin' ay langis na nakukuha sa mga halaman. Ipinapakita ng paghahalo ng pinong harina at langis na dapat nating ibigay ang lahat ng enerhiya o kalakasan natin -buong buhay natin – sa pagbibigay ng alay sa Diyos. Kapag sinasamba natin ang Diyos at nagaalay ng handog sa Kanya, ibinibigay sa atin ng Diyos ang inspirasyon at kapuspusan ng Banal na Espiritu. Pinagsusulong Niya tayo ng buhay na may personal at malapit na pakikisama sa Kanya. Sinisimbulo ng pagbuhos ng langis na kapag nagbibigay tayo ng anumang bagay sa Diyos, ibigay natin ito sa Kanya nang buong puso.

Ano ang kahulugan ng paglalagay ng kamanyang sa handog? Mababasa natin sa Mga Taga-Roma 5:7, "Sapagkat bihirang mangyari na ang isang tao'y mamamatay alang-alang sa isang taong matuwid; bagamat alang-alang sa mabuting tao marahil ay may mangangahas mamatay." Pero, ayon sa kaloban ng Diyos, namatay si Jesus para sa atin na hindi mabuti o matuwid kundi makasalanan.

Gaano kaya kabango ang samyo ng pag-ibig ni Jesus para sa Diyos? Sa ganitong paraan winasak ni Jesus ang kapangyarihan ng kamatayan, muling nabuhay, lumuklok sa kanang tabi ng Diyos, naging Hari ng mga hari, at naging tunay na napakahalagang mabangong samyo sa harapan ng Diyos.

Sa Efeso 5:2, hinihikayat tayo ni Jesus, "At lumakad kayo sa pag-ibig, gaya ng pag-ibig ni Cristo sa atin at ibinigay ang Kanyang sarili para sa atin bilang handog at alay sa Diyos upang maging samyo ng masarap na amoy." Nang si Jesus ay inialay sa Diyos bilang sakripisyo, parang handog Siya na nilagyan ng kamanyang. Kaya, dahil tinanggap natin ang pag-ibig ng Diyos, dapat ialay din natin ang ating sarili bilang mabango at maginhawang samyo tulad ng ginawa ni Jesus.

Ang kahulugan ng 'paglalagay ng kamanyang sa pinong harina' ay dapat nating sundin ang Salita ng Diyos nang buong puso at dakilain Siya sa pamamagitan ng mabangong samyo ni Jesus na magmumula sa atin tulad ng ginawa ni Jesus sa kilos at gawa Niya. Magiging alay na butil ang handog natin na karapat-dapat tanggapin ng Diyos kung mag-aalay tayo sa Diyos ng mga alay ng pagpapasalamat habang nagmumula sa atin ang mabangong samyo ni Cristo.

2) Hindi lalagyan ng pampaalsa at pulot

Mababasa sa Levitico 2:11, "Alinmang alay na butil na

ihahandog ninyo sa PANGINOON, ay gawin ninyong walang pampaalsa. Huwag kayong magsusunog ng anumang pampaalasa ni ng anumang pulot bilang handog na pinaraan sa apoy para sa PANGINOON." Iniutos ng Diyos na huwag lagyan ng pampaalsa ang tinapay na iaalay sa Kanya. Dahil kung ang lasa ng tinapay na gawa sa harina ay naiiba dahil sa pampaalsa, ang espirituwal na 'pampaalsa' ay makakasira sa alay.

Nais ng hindi nagbabago at perpektong Diyos na manatiling malinis ang handog natin na ibibigay sa Kanya, parang pinong harina – nagmumula sa kaibuturan ng puso natin. Kaya kapag magbibigay tayo ng handog ibigay natin ito nang may tapat, malinis, at dalisay na puso, at para magpasalamat, magpakita ng pagmamahal, at pananampalataya sa Diyos.

Nasa isip ng tao ang sasabihin ng iba kapag nagbibigay sila ng alay, kaya naghahandog sila para walang masabi ang mga ito. May nag-aalay naman dahil may mga alalahanin at kalungkutan ang puso nila. Pero pinaalalahanan tayo ng Diyos tungkol sa 'pampaalasa' na ginagamit ng mga Fariseo na pagkukunwari, nagpapanggap tayong mga banal pero gusto lang palang mapuri ng ibang tao, ang puso natin any magiging alay na butil na nilagyan ng pampaalsa, hindi ito tatanggapin ng Diyos.

Kaya magbigay tayo ng walang kahit na anong pampaalsa at nagmumulasa puso dahil gusto nating magpasalamat at magpakita ng pagmamahal sa Kanya. Huwag tayong magbigay dahil napipilitan lang, walang pananampalataya at nalulungkot at nababahala. Dapat tayong magbigay ng masagana at may matatag na pananampalataya sa Diyos na tatanggap ng alay natin at magbibigay sa atin ng mga biyaya sa espiritu at sa katawan. Iniutos sa atin ng Diyos na huwag lagyan ng pampaalsa ang handog para ituro sa atin ang espirituwal na kahulugan.

May mga pagkakataon na pumapayag ang Diyos na lagyan ng pampaalsa ang alay na ibibigay sa Kanya. Hindi sinusunog ang mga alay na ito. Iwinawagayway ng pari ang mga alay na ito sa harapan ng altar para ipakita ang paghahandog ng mga ito sa Diyos. Pagkatapos, ibabalik niya ito sa mga tao para paghatihatian at kainin. Tinatawag itong 'handog na iwinawagayway', dahil mayroon itong pampaalsa at iba ang proseso ng paggawa.

Halimbawa, hindi lang pagsamba sa araw ng Linggo ang dadaluhan ng mga mananampalataya kundi pati ang ibang pagsamba at gawain. Hindi sasabihin ng Diyos na makasalanan ang mga taong mahina ang pananampalataya kung ang dinadaluhan nila ay pagsamba lang sa araw ng Linggo at hindi na sila dumadalo sa magdamag na pagsamba tuwing araw ng Biyernes at pagsamba sa Miyerkules ng gabi. Kung tungkol naman sa mga pagkakasunod-sunod ng gawain sa araw ng pagsamba ang pag-uusapan, mahigpit itong pinatutupad sa mga pagsamba sa araw ng Linggo. Pwedeng magbago ayon sa situwasyon ang mga pagsamba na ginagawa sa tahanan ng mga miyembro ng cell group o ng ibang miyembro ng iglesya pero mayroon din silang mensahe, pananalangin, at pag-awit ng papuri.

Kahit sinusunod ang mga pangunahin at kinakailangang mga tuntunin, ang pagpayag ng Diyos na magkaroon ng kaunting pagbabago ayon sa situwasyon o sukat ng pananampalataya ay nagpapakita ng espirituwal na kahulugan ng handog na may pampaalsa.

Bakit ipinagbawal ng Diyos na maglagay ng pulot?

Tulad ng pampaalsa, pwedeng sirain ng pulot ang kalidad ng pinong harina. Ang pulot na tinutukoy dito ay ang matamis na arnibal na nakukuha sa katas ng bunga ng puno ng palma na nakikita sa Filistia (Palestina). Mabilis itong umasim at mabulok. Dahil dito, ipinagbawal ng Diyos na mabahiran ng kasamaan ang dangal ng harina dahil sa pulot. Sinasabi din Niya sa atin na kapag sasamba o magbibigay sa Kanya ng alay ang mga anak Niya, dapat mayroon silang perpektong kalooban na hindi nandadaya o nagbabago.

Iniisip ng tao na makakapagpaganda ang pagdagdag ng pulot sa alay. Pero kahit gaano kaganda ang isang bagay sa paningin ng tao, ang iniutos ng Diyos ang malugod niyang tatanggapin at kung anong ipinangako ng tao na ibibigay sa Kanya. May mga taong nangangakong maghahandog ng isang partikular na bagay sa Diyos, pero kapag nagbago ang situwasyon, mabilis magbago ang isip nila, iba na lang ang ibibigay nila. Pero napopoot ang Diyos kapag nagbabago ng isip ang mga tao tungkol sa isang bagay na iniutos Niya. O kaya, nagbabago ang desisyon tungkol sa isang bagay na ipinangako nila sa Diyos pero inuna nila ang sariling kapakanan, may kinalaman pa naman sa kapangyarihan ng Banal na Espiritu. Kaya kapag nangakong maghahandog ng hayop sa Diyos ang isang tao, dapat niyang tuparin ito. Nakasulat sa Levitico 27:9-10, "At kung tungkol sa hayop na ihahandog na alay sa PANGINOON, lahat ng ibibigay sa PANGINOON ay banal. Huwag niyang babaguhin o papalitan ang mabuti ng masama o ang masama ng mabuti; at kung sa anumang paraan ay palitan ng iba ang isang hayop, kapwa magiging banal ang kapalit at ang pinalitan."

Nais ng Diyos na magbigay sa Kanya ng may mabuting puso hindi lang kapag naghahandog kundi sa lahat ng bagay. Kung may pag-aalinlangan o pandaraya sa puso ng tao, makikita ng Diyos ang masasamang ugaling ito, hindi ito tatanggapin.

Halimbawa, hindi sinunod ni Haring Saul ang mga utos ng Diyos, pinalitan niya ito at ginawa niya kung ano ang gusto niyang gawin, sinuway niya ang Diyos. Iniutos ng Diyos sa kanya na patayin ang hari ng Amalek, lipulin ang mga tao rito, at lahat ng mga hayop. Pero pagkatapos manalo sa labanan sa tulong ng kapangyarihan ng Diyos, sinuway niya ang mga utos ng Diyos. Hindi niya pinatay ang hari ng Amalek na si Agag at ang pinakamatatabang hayop, dinala pa niya ang mga ito. Kahit pinagsabihan siya, hindi siya nagsisi, hindi pa rin siya sumunod. Sa bandang huli, tinalikuran siya ng Diyos.

Sinasabi sa atin ng Mga Bilang 23:19, "Ang Diyos ay hindi tao, na nagsisinungaling, ni anak ng tao na magsisisi." Para makapagbigay tayo ng lugod sa Diyos, dapat muna nating linisin ang puso natin. Kahit napakabuti sa paningin at pag-iisip ng tao ang isang bagay, hindi niya dapat gawin ang ipinagbawal sa kanya ng Diyos kahit lumipas ang panahon. Nalulugod ang Diyos kapag sinusunod ng tao ang kalooban Niya nang may katapatan at malinis na puso. Tinatanggap Niya ang mga handog at pinagpapala ang taong ito.

Mababasa sa Levitico 2:12, "Bilang alay na mga unang bunga, ihahandog ninyo ang mga ito sa PANGINOON, ngunit ang mga ito ay hindi ihahandog sa dambana bilang isang mabangong samyo." Dapat mayroong mabangong samyo ang isang handog na malugod na tatanggapin ng Diyos. Sinasabi sa atin ng Diyos dito na ang alay na butil ay hindi nilalagay sa altar para lang sunugin at maglabas ng mabangong samyo. Hindi nakikita sa gawa ang layunin ng pagbibigay ng alay na butil, kundi sa paghahandog sa Diyos ng mabangong samyo ng puso natin.

Kahit mabubuting bagay ang ini-aalay, kung hindi naman nakakalugod ng puso ng Diyos ang naghahandog, magiging mabangong samyo ito sa tao, pero hindi sa Diyos. Pwedeng itulad ito sa mga anak na nagbibigay ng regalo sa mga magulang para pasalamatan ang mga ito sa pag-ibig at pagpapalang ipinanganak sila dito sa mundo, at pinalaki nang may pagmamahal. Magdudulot ito ng malaking kagalakan sa mga magulang dahil nagpakita sila ng taos-pusong pagmamahal sa kanila.

Gaya nito, ayaw ng Diyos na palagi tayong magbigay at sabihing, "Ginawa ko na ang dapat kong gawin," mas mabuti kung naglalabas ng mabangong samyo ang puso dahil puno ito ng pananampalataya, pag-asa, at pag-ibig.

3) Timplahan ng Asin

Mababasa natin sa Levitico 2:13, "Timplahan mo ng asin ang lahat ng iyong butil na handog. Huwag mong hayaan na ang iyong butil na handog ay mawalan ng asin sa pakikipagtipan ng iyong Diyos; lahat ng iyong mga alay ay ihahandog mong may asin." Kapag inilagay ang asin, natutunaw ito at pinipigilang mabulok ang pagkain. Kapag ginamit itong panimpla, nagkakalasa ang pagkain.

Ang espirituwal na kahulugan ng 'timplahan ng asin' ay 'pakikipagkasundo'. Tulad ng asin na kailangang matunaw para maging malasa ang pagkain, kinakailangang magsakripisyo at 'mamatay ang sarili' ng isang taong nais makipagkasundo. Kaya ang kahulugan ng iniutos ng Diyos na timplahan ng asin ang alay na butil ay dapat tayong maghandog sa Diyos sa pamamagitan ng pagsasakripisyo ng sarili para magkaroon ng pagkakasundo.

Ibig sabihin, tanggapin muna natin si Jesu-Cristo at magkaroon ng kapayapaan sa Diyos sa paglaban natin hanggang sa dumanak ang dugo para maiwaksi ang kasalanan, kasamaan, katakawan, at ang dating pagkatao.

Sabihin nating may isang taong sinasadyang magkasala ng kasalanang kinapopootan ng Diyos. Pagkatapos magbibigay siya ng handog nang hnindi man lang nagsisisi. Hindi tatanggapin ng Diyos ang handog ng taong ito dahil nasira ang pagkakasundo nilang dalawa. Ito ang dahilan kung bakit isinulat sa Mga Awit 66:18, "Kung iningatan ko ang kasamaan sa aking puso, ang PANGINOON ay hindi makikinig." Hindi lang ang mga dalangin natin ang malugod na tatanggapin ng Diyos kundi pati ang ating mga handog kung lalayo tayo sa kasalanan, makikipagkasundo sa Kanya, at magbibigay ng mga handog.

Kailangang isakripisyo at kalimutan ng isang taong nakikipagkasundo sa Diyos ang sarili niya. Gaya ng sinabi ni apostol Pablo, "Ako'y namamatay araw-araw," magiging payapa siya sa harapan ng Diyos kung ikakaila niya ang sarili at magsasakripsyo.

Dapat tayong makipagkasundo rin sa mga kapatid natin sa pananampalataya. Sa Mateo 5:23-24, sinasabi sa atin ni Jesus, "Kaya't kung maghahandog ka ng iyong kaloob sa dambana, at doon ay naalala mo na ang iyong kapatid ay mayroong anumang laban sa iyo, iwan mo roon sa harap ng dambana ang kaloob mo at humayo ka; makipagkasundo ka muna sa iyong kapatid, at saka ka magbalik at maghandog ng iyong kaloob." Hindi tatanggapin ng malugod ng Diyos ang kaloob natin kung nagkakasala tayo, gumagawa ng masama, at nagpapahirap sa ating mga kapatid kay Cristo.

Kahit may ginawa pang masama sa atin ang isang kapatid, huwag tayong magalit o magsalita ng laban sa kanya. Patawarin natin siya at makipagkasundo tayo sa kanya. Kahit ano pa ang dahilan, hindi dapat tayo makipag-away, o manakit ng mga kapatid natin kay Cristo, at maging dahilan para matisod sila. Ang mga handog natin ay 'tinimplahan ng asin' kung nakikipagkasundo tayo sa lahat ng tao, at puspos ng Banal na Espiritu ang mga puso natin, ng kagalakan, at pagpapasalamat.

Ang utos ng Diyos na "timplahan ng asin" ang buong kahulugan ng pakikipagkasundo, tulad ng makikita natin, "ang asin ng pakikipagkasundo sa Diyos." Nagmumula sa tubig ang asin, at ang Salita ng Diyos ay sinisimbulo ng tubig. Dahil maalat ang asin, hindi rin nagbabago ang Salita ng Diyos tungkol sa kasunduan.

Ang kahulugan ng "timplahan ng asin" ang mga handog na ibibigay natin ay pagkatiwalaan natin ang hindi nagbabagong kasunduan natin sa tapat na Diyos at maghandog tayo ng buong puso. Kapag nagbibigay tayo ng alay ng pagpapasalamat, magtiwala tayo na gagantimpalaan ito ng Diyos ng siksik, liglig, at umaapaw, at bibiyayaan Niya tayo ng 30, 60, at 100 beses ng higit sa ibinigay natin.

May mga nagsasabing, "Naghahandog ako pero wala akong inaasahang kapalit, gusto ko lang magbigay." Pero mas nalulugod ang Diyos sa pananampalataya ng isang taong naghahangad ng biyaya mula sa Kanya. Sinasabi sa atin ng Sa Mga Hebreo 11 noong iwan ni Moises ang trono bilang prinsipe ng Ehipto, "inasahan niya ang gantimpala" na ibibigay sa kanya ng Diyos. Ang ating si Jesus, na umasa din sa gantimpala, ay nagtiis sa kahihiyan sa krus. Dahil inasahan ang malaking ibubunga ng sakripisyo Niya – ang luwalhati na ibibigay sa Kanya ng Diyos at ang kaligtasan ng sangkatauhan – naging madali para kay Jesus na pagtiisan ang nakakakilabot na parusa ng krus.

Magkaiba ang "umaasa sa gantimpla" at ang 'nagbibilang ng kapalit dahil may ibinigay'. Kahit walang gantimpala, dapat nakahanda ang isang taong nagmamahal sa Diyos na ibigay kahit ang buhay niya. Pero kapag humingi ng biyaya ang isang taong nakakaintindi ng kalooban ng Ating Diyos Ama at naniniwala sa kapangyarihan Niya, mas malulugod ang Diyos sa kanya.

Ipinangako ng Diyos na aanihin ng tao kung ano ang itinanim nito, at magbibigay Siya sa mga humihingi. Kinalulugdan ng Diyos ang alay na ibinibigay natin dahil sa pananampaltaya natin sa Salita Niya, at sa pananampalataya natin sa pangako Niyang mga biyaya kung hihingi tayo sa Kanya.

4) Ang natirang Alay na Butil ay ibibigay kay Aaron at sa mga anak nito

Kung ang handog na sinusunog ay sinusunog lahat sa altar, dinadala ang alay na butil sa pari at bahagi lang nito ang sinusunog sa altar. Ang ibig sabihin nito ay kung naghahandog tayo sa Diyos ng iba't ibang pagsamba, ang alay na butil para magpasalamat ay ibibigay sa Diyos para gamitin para sa kaharian at katuwiran Niya, at ang bahagi nito ay para sa mga pari, na katumbas ng mga lingkod ng Panginoon at mga manggawa ng iglesya. Sinasabi sa atin ng Galacia 6:6, "Ang tinuturuan ng salita ay dapat magbahagi sa nagtuturo ng lahat ng bagay na mabuti." Kapag nagbigay ng handog ng pagpasasalamat ang mga miyembro ng iglesya na tumanggap ng pagpapala mula sa Diyos, paghahatihatian ng mga lingkod ng Diyos na nagtuturo ng Salita ang ini-alay.

Magkasabay na ihahandog sa Diyos ang alay na butil at ang alay na susunugin. Magsisilbi itong halimbawa ng buhay sa paglilingkod na si Cristo mismo ang nagbigay ng halimbawa. Kaya sa pamamagitan ng pananampalataya, dapat tayong maghandog nang buong puso at sukdulan. Umaasa ako na bawat mananampalataya ay sasamba ayon sa kalooban ng Diyos at magbibigay ng mga alay na may mabangong samyong kinalulugdan Niya para tanggapin niya ang masaganang pagpapala araw-araw.

Kabanata 5

Alay para sa Pakikipagkasundo

"Kung ang alay ay handog pangkapayapaan, at ang ihahandog niya ay mula sa bakahan, maging lalaki o babae, ito ay ihahandog niya na walang kapintasan sa harapan n PANGINOON."

Levitico 3:1

1. Ang Kahulugan ng Alay para sa Pakikipagkasundo

Nakasulat sa Levitico kabanata 3 ang mga kautusan tungkol sa alay para sa pakikipagkasundo. Kasama alay na ito ang isang hayop na walang depekto, pagwisik ng dugo nito sa altar at sa paligid nito, pagsunog ng taba ng hayop sa altar para ihandog sa Diyos ang mabangong samyo. Kahit parang pareho ang proseso ng pag-aalay para sa pakikipagkasundo at alay na sinusunog, mayroon ding pagkakaiba. Mali ang pagkaintindi ng ibang tao sa layunin ng alay para sa pakikipagkasundo, akala nila, ito ay paraan para mapatawad sa mga kasalanan pero ang alay ng kinukonsiyensya at alay ng nagkasala ang may ganitong layunin.

Ang alay para sa pakikipagkasundo ay para makamit ang kapayapaan sa pagitan natin at ng Diyos. At sa pamamagitan nito nagpapahayag ng pasasalamat, nangangako, at nagbibigay sa Diyos ng kusang loob ang mga tao. Magkahiwalay na inihahandog ng mga tao ang alay para sa kasalanan at mga alay na sinunog, dahil dito napatawad na sila mula sa kasalanan, mayroon na sila ngayong malapit at personal na pakikisama sa Diyos. Ang layunin ng alay para sa pakikipagkasundo ay para gumawa ng kasunduan sa Diyos para buong pusong magtiwala sa Kanya sa bawat aspeto ng buhay nila.

Kung ang alay na butil na tinalakay sa Levitico 2 ay alay ng pagpapasalamat, ito ay pangkaraniwang handog ng pagpapasalamat na ibinibigay sa Diyos na nagliligtas, nagpoprotekta, at nagbibigay sa atin ng pang araw-araw na pangangailangan. Hindi ito tulad ng alay para sa pakikipagkasundo at iba rin ang pagpapasalamat na ipinapahayag dito. Bukod sa alay ng pagpapasalamat na ibinibigay natin tuwing Linggo, nagbibigay din tayo ng magkakaibang alay ng pagpapasalamat kapag may mga espesyal na pasasalamatan. Kasama sa alay para sa pakikipagkasundo ang mga alay na magbibigay ng lugod sa Diyos ang paglalaan at pagpapabanal ng sarili para masunod ang Salita ng Diyos, at para tanggapin mula sa Kanya ang mga minimithi ng puso.

Kahit maraming dahilan ang paghahandog ng alay para sa pakikipagkasundo, ang pinakamahalagang layunin nito ay maging mapayapa sa harapan ng Diyos. Kapag mapayapa tayo sa harapan Niya, bibigyan Niya tayo ng kalakasan para mabuhay ayon sa katotohanan, sasagutin Niya ang mga minimithi ng puso natin, at palalakasin Nya ang loob natin para tuparin ang mga ipinangako natin sa Kanya.

Gaya ng sinasabi ng 1 Juan 3:21-22, "Mga minamahal, kung tayo'y hindi hinahatulan ng ating puso, tayo ay may kapanatagan sa harapan ng Diyos; at anumang ating hingin ay tinatanggap natin mula sa Kanya, sapagkat tinutupad natin ang Kanyang mga utos at ginagawa natin ang mga bagay na kalugod-lugod sa Kanyang harapan." Kapag malakas na ang loob natin na humarap sa Kanya, dahil nabubuhay tayo ayon sa katotohanan, magiging mapayapa tayo, at mararanasan natin ang kapangyarihan Niya tungkol sa kahit na anong bagay na hilingin natin sa Kanya. Kung dadagdagan pa natin ang ikalulugod Niya sa pamamagitan ng pag-aalay ng mga espesyal na handog, maiisip kaya ninyo kung gaano pa bibilis ang pagsagot at pagbigay Niya ng mga biyaya?

Kaya mahalagang maintindihan natin ng tama ang alay na butil at alay para sa pakikipagkasundo, alamin natin kung ano ang pagkakaiba ng mga ito sa isa't isa para tanggapin ng Diyos ang mga handog natin.

2. Mga Bagay na Iniaalay para sa Pakikipagkasundo

Sa Levitico 3:1 sinasabi sa atin ng Diyos, "Kung ang alay ay handog pangkapayapaan, at ang ihahandog niya ay mula sa bakahan, maging lalaki o babae, ito ay ihahandog niya na walang kapintasan sa harapan ng PANGINOON." Dapat walang kapintasan ang alay, lalaki man o babaing tupa o kambing (Levitico 3:6; 12).

Ang handog sa alay na susunugin ay lalaking baka o tupang walang kapintasan. Ito ay dahil ang perpektong sakripisyo sa alay na sinusunog – para sa espirituwal na pagsamba – ay sumisimbulo kay Jesu-Cristo, ang walang bahid na Anak ng Diyos.

Pero kung ang ibibigay natin sa Diyos na alay ay para sa alay para sa pakikipagkasundo para makipagkasundo sa Kanya, hindi na mahalaga kung lalaki ito o babae, basta't wala itong kapintasan. Basahin natin sa Mga Taga-Roma 5:1 kung bakit hindi mahalaga kung babae o lalaki ang handog sa pagbibigay ng alay para sa pakikipagkasundo, "Kaya't yamang tayo'y inaring ganap sa pamamagitan ng pananampalataya, mayroon tayong kapayapaan sa Diyos, sa pamamagitan ng ating Panginoong Jesu-Cristo." Sa pagkamit ng kapayapaan sa harapan ng Diyos sa pamamagitan ng dugo ni Jesus sa krus, walang pagkakaiba ang babae o lalaki.

Ang kahulugan ng utos ng Diyos na dapat walang kapintasan ang handog na ibibigay ay nais Niyang puro at dalisay tulad ng puso ng inosenteng bata, hindi sawi at malungkot. Dapat maging masaya tayo kapag nagbibigay, kusang-loob, at ayon sa pananampalataya. Huwag tayong magbigay sa kagustuhang humanga sa atin ang ibang tao. Dapat lang tayong magbigay ng handog na walang kapintasan para sa alay ng pagpapasalamat at sa pagpapalang kaligtasan mula sa Diyos. Isang alay na ibibigay sa Diyos para ipagkatiwala sa Kanya ang bawat aspeto ng buhay natin, kaya dapat, ang pinakamabuti ang ibibigay natin, at ibigay natin ito nang buong pag-iingat at pagmamahal para samahan at protektahan Niya tayo, at para mabuhay tayo ayon sa kalooban Niya.

Mayroon tayong dapat isaisip kapag ikinukumpara ang mga alay na susunugin at ang mga alay para sa pakikipagkasundo: hindi kasama ang kalapati sa huling binanggit. Bakit kaya? Kahit gaano kahirap ang isang tao, dapat magbigay pa rin ito ng alay na susunugin kaya pinahintulutan ng Diyos ang alay na kalapati na napakaliit ng halaga.

Halimbawa, kapag mahina ang pananampalataya ng isang bagong Cristiano at tuwing Linggo lang ito dumadalo sa pagsamba, tinatanggap ito ng Diyos bilang alay na sinunog. Kung isang buong alay na sinunog ang ibibigay sa Diyos ng mga mananampalatayang lubos ang pagsunod sa Salita ng Niya, pinananatili ang malapit at personal na relasyon sa Kanya, at sumasamba sa espiritu at katotohanan. Para sa isang bagong mananampalataya na Araw ng Panginoon lang ang pinananatiling banal, tatanggapin ng Diyos ang alay Niyang kalapati na napakaliit ng halaga bilang alay na sinunog, ililigtas Niya ito.

Ang alay para sa pakikipagkasundo ay boluntaryong ibinibigay. Ibinibigay ito sa Diyos ng isang tao para tumanggap ng mga kasagutan at mga biyaya sa pamamagitan ng pagbibigay ng lugod sa Kanya. Kung kalapati na maliit ang halaga ang ibibigay, mawawala ang kahulugan at layunin nito bilang espesyal na alay kaya hindi na ibinilang ang kalapati.

Kung may isang taong gustong maghandog para matupad ang ipinangako, o ang isang matinding kahilingan, o para tanggapin an pagpapagaling ng Diyos sa hindi nagagamot at nakamamatay na karamdaman, paano niya ibibigay ang alay na ito? Mas taos-puso ang paghahanda nito kaysa sa handog ng pagpapasalamat na palaging ibinibigay. Mas malulugod ang Diyos kung mag-aalay tayo sa Kanya ng lalaking baka o, ayon sa situwasyon ng isang tao, maghahandog ng babaing baka, o tupa, o kambing, dahil ang kalapati bilang handog ay napakaliit ng halaga. Hindi natin sinasabi na ang "kahalagahan" ng isang alay ay nakadepende kung magkano ang presyo nito. Kung ihahanda ng isang tao ang handog niya nang taos-puso at isipan, at nang buong pagmamahal ayon sa situwasyon niya, titingnan ng Diyos ang halaga nito ayon sa espirituwal na samyo na ibibigay nito.

3. Pagbibigay ng Alay para sa Pakikipagkasundo

1) Ilalapat ang kamay sa ulo ng alay para sa pakikipagkasundo at papatayin ito sa pintuan ng Toldang Tipanan

Kapag inilapat ng isang tao ang kamay niya sa ulo ng hayop na iaalay niya sa pintuan ng toldang tipanan, ipinapasa niya ang mga kasalanan niya sa hayop. Kapag inilapat ng isang tao ang kamay niya sa alay para sa pakikipagkasundo, inilalaan niya ang hayop bilang alay para sa Diyos, binabasbasan niya ito.

Para maging kalugudlugod sa Diyos ang ibibigay nating alay na nilalapatan natin ng kamay, huwag nating tingnan ang halaga ayon sa makalamang pag-iisip kundi ayon sa inspirasyon mula sa Banal na Espiritu. Mga ganitong klaseng alay lang ang masayang tatanggapin, ilalaan, at babasbasan ng Diyos.

Pagkatapos lapatan ng mga kamay ng isang tao ang ulo ng hayop na ihahandog niya, papatayin niya ito sa pintuan ng toldang tipanan. Noong panahon ng Lumang Tipan, mga pari lang ang nakakapasok sa Santuwaryo. Pero dahil giniba ni Jesu-Cristo ang pader ng kasalanan na nakatayo sa daanan natin patungo sa Diyos, pwede na tayong pumasok sa Santuwaryo, sumamba sa Diyos, at magkaroon ng personal at malapit na relasyon sa Kanya.

2) Iwiwisik ng mga paring anak ni Aaron ang dugo sa paligid ng altar

Sinasabi sa atin ng Levitico 17:11, "Sapagkat ang buhay ng laman ay nasa dugo, at Aking ibinigay sa inyo sa ibabaw ng dambana upang ipangtubos sa inyong mga kaluluwa sapagkat ang dugo'y siyang tumutubos dahil sa buhay." At sa Mga Hebreo 9:22 sinasabi, "Sa katunayan, sa ilalim ng kautusan, halos lahat ng mga bagay ay nililinis ng dugo, at kung walang pagdanak ng dugo ay walang kapatawaran ng mga kasalanan." Ipinapaalala sa atin na sa dugo lang tayo magiging malinis. Kinakailangan ang pagwisik ng dugo sa pagbibigay ng alay para sa pakikipagkasundo sa Diyos para sa personal at malapit na relasyon sa Kanya. Naputol ang relasyon natin sa Diyos at hindi tayo magkakaroon ng pakikipagkasundo sa Kanya kung wala ang makapangyarihang dugo ni Jesu-Cristo.

Ang kahulugan ng pagwisik ng dugo ng mga pari sa paligid ng altar ay kahit saan man tayo pumunta at ano man ang situwasyon natin sa buhay, palaging makakamit ang kapayapaan sa Diyos. Iwiniwisik ang dugo sa paligid ng altar para maging simbulo na palagi nating kasama ang Diyos, lumalakad kasama natin, nagpoprotekta sa atin, at napapala sa atin saan man tayo pumunta, at sinuman ang kasama natin.

3) Mula sa sakripisyo ng alay para sa pakikipagkasundo, isang alay ang ibibigay sa Diyos sa pamamagitan ng apoy

Ipinapaliwanag ng Levitico 3 ang mga paraan ng paghahandog hindi lang ng mga baka kundi mga tupa, at mga kambing bilang alay para sa pakikipagkasundo. Dahil halos magkakapareho ang paraan, tatalakayin natin ang pag-aalay ng mga baka. Sa pagkukumpara ng alay para sa pakikipagkasundo at sa alay na sinusunog, alam natin na ang lahat ng alay na tinanggalan ng balat ay ibibigay sa Diyos. Ang kahulugan ng mga alay na sinusunog ay espirituwal na pagsamba, at dahil ang pagsamba ay sa Diyos lang iniaalay, ito ay sunog na sunog.

Pero sa paghahandog ng alay para sa pakikipagkasundo hindi lahat ng bahagi ng alay ay ibinibigay. Mababasa natin sa Levitico 3:3b-4, "...lahat ng tabang nasa lamang-loob, at ang dalawang bato at ang taba na nasa ibabaw ng mga iyon, na nasa mga balakang, at ang lamad ng atay na kanyang aalising kasama ng mga bato," Ang taba na bumabalot sa mahahalagang bahagi ng laman-loob ng hayop ay ihahandog sa Diyos bilang mabangong samyo. Ang ibig sabihin ng paghahandog ng taba ng iba't ibang hayop ay dapat tayong maging mapayapa sa harapan ng Diyos saan man dako tayo naroon at kahit na anong situwasyon natin. Kung mapayapa tayo sa harapan ng Diyos dapat makasundo din natin ang lahat ng tao, magpakabanal tayo. Kung kasundo natin ang lahat ng tao, magiging perpektong mga anak ng Diyos tayo (Mateo 5:46-48).

Pagkatapos tanggalin ang taba sa handog na ibibigay sa Diyos, ang mga bahaging ibibigay sa mga pari ay tatanggalin. Mababasa natin sa Levitico 7:34, "Sapagkat aking kinuha sa mga anak ni Israel, sa kanilang mga alay na mga handog pangkapayapaan, ang dibdib na iwinawagayway at ang hitang iniaalay, at aking ibinigay sa paring si Aaron at sa kanyang mga anak, sa pamamagitan ng isang walang hanggang bahagi na nauukol sa kanila, mula sa mga anak ni Israel." Tulad ng pagtatabi ng bahagi ng alay na butil para sa mga pari, nagbubukod din ng mga bahagi ng alay para sa pakikipagkasundop na ibibigay sa Diyos para sa pangkabuhayan ng mga pari at mga Levita. Ang mga ito ay parehong naglilingkod sa Diyos at sa mga mamamayan.

Ganito rin ang ginagawa sa panahon ng Bagong Tipan. Mula sa mga handog na ibinibigay sa Diyos ng mga mananampalataya, ang gawain ng Diyos para sa kaligtasn ng mga kaluluwa ay natutupad, at ang ikabubuhay ng mga lingkod ng Panginoon at mga manggagawa ay napapanatili. Pagkatapos tanggalin ang bahagi para sa Diyos at para sa mga pari, ang matitira ay uubusin ng taong naghandog. Ito ang natatanging kaibahan ng alay para sa pakikipagkasundo. Ipinapakita nito na nalugod ang Diyos sa inihandog sa Kanya, kaya sasagot Siya at magbibigay Siya ng mga biyaya.

4. Ang Kautusan Tungkol sa Taba at Dugo

Kapag pumatay ng hayop bilang alay na ibibigay sa Diyos, iwiwisik ng pari sa paligid ng altar ang dugo nito. Bukod dito, dahil para sa Panginoon lahat ng taba, ito ay itinuturing na banal at sinusunog sa altar para maging mabangong samyo na magbibigay ng lugod sa Diyos. Hindi kumakain ng taba o dugo ang mga tao noong panahon ng Lumang Tipan dahil may kinalaman sa buhay ng tao ang mga ito. Buhay ng laman at taba ang dugo, kailangan ito ng katawan. Pinapagana naman ng taba ang maayos na pagtakbo ng mga bahagi ng katawan para sa mga gawain sa buhay.

Ano ang espirituwal na kahulugan ng 'taba'?

Ang kahulugan ng "taba" ay lubos na pagmamahal na nagmumula sa perpektong puso. Kapag naghandog ng taba sa pamamagitan ng apoy ang ibig sabihin nito ay ibinibigay natin sa Diyos ang buong sarili at kung anumang bagay at lakas na mayroon tayo. Ito ay buong pusong ibinibigay at karapat-dapat tanggapin ng Diyos. Kung mahalaga ang pagbibigay ng mga bagay na iaalay sa handog ng pagpapasalamat sa altar para makamit ang kapayapaan sa pagbibigay ng lugod sa Kanya o pagiging tapat sa Kanya, mas mahalaga ang kalagayan ng puso at sukat ng pagmamahal na nakalakip sa pagbibigay nito. Kung may isang taong nagkasala sa harapan ng Diyos at gustong maghandog para makipagkasundo sa Kanya, gawin niya ito ng buong katapatan at mas perpektong kalooban.

Kinakailangan ng pagpapatawad ng kasalanan ang pagbibigay ng alay para sa kasalanang ginawa o alay para sa kasalanang hindi sinasadya. Pero may mga pagkakataon na umaasa ang tao na malampasan ang kapatawaran ng mga kasalanan dahil nais niyang magkaroon ng tunay na pakikipagkasundo sa Diyos sa pamamagitan ng kalugurang ibibigay niya. Halimbawa, gumawa ng malaking kasalanan ang isang bata sa kanyang ama, malaking kalungkutan ang idinulot nito. Lalambot ang puso ng ama at magkakaroon ng tunay na kapayapaan sa pagitan nila kung pagsisikapan niyang bigyan ng kaluguran ang ama niya sa halip na basta hilingin ang kapatawaran sa kasalanang ginawa niya.

Bukod dito, tinutukoy din na panalangin at kapuspusan ng Banal na Espiritu ang "taba". Sa Mateo 25, binabanggit ang tungkol sa limang matatalinong birhen na nagdala ng langis sa kanilang lalagyan para sa kanilang ilawan at limang hangal na hindi nagdala ng langis. Hindi nakapasok sa piging ng kasalan ang mga birheng hangal. Ang espirituwal na kahulugan ng "langis" dito ay panalangin at kapuspusan ng Banal na Espiritu. Kung magiging puspos tayo ng Banal na Espiritu sa pamamagitan ng panalangin at nananatiling gising at aktibo, maiiwasan nating mabahiran ng pagnanasa sa kamunduhan. Hihintayin natin ang pagdating ng ating Panginoon, ang lalaking pakakasalan, pagkatapos nating maghanda bilang mga babaing pakakasalan.

Dapat may kalakip na panalangin ang alay para sa pakikipagkasundo na ibibigay sa Diyos para malugod at sumagot Siya. Hindi lang basta panalangin ito, dapat tayong manalangin nang buong puso, alang-alang sa lahat ng bagay na mayroon tayo, at kung ano tayo, tulad ng pananalangin ni Jesus sa halamanan ng Getsemani na naging parang dugo ang pawis Niyang tumulo sa lupa. Kahit na sinong manalangin sa paraang tulad nito ay lalaban at magwawaksi ng kasalanan, magiging banal, at tatanggapin mula sa Diyos ang inspirasyon at kapuspusan ng Banal na Espiritu. Kapag nagbigay ang isang tao ng ganitong klaseng alay para sa pakikipagkasundo sa Diyos, malulugod ito at mabilis ang pagsagot.

Ibinibigay sa Diyos ang alay para sa pakikipagkasundo ng may lubos na pagtitiwala para makapagsulong tayo ng mahalagang buhay na kasama Niya at may pag-aalaga Niya. Para makipagkasundo sa Diyos, iwanan natin ang mga ugali nating hindi maganda sa paningin Niya. Ibigay natin sa Kanya ang handog natin nang buong puso at kagalakan, para maging puspos tayo ng Banal na Espiritu sa pananalangin natin. Mapupuno tayo ng pag-asa para sa walang hanggang buhay sa Langit, at magsusulong ng matagumpay na buhay dahil may kapayapaan tayo sa harapan ng Diyos. Umaasa ako na lahat ng magbabasa ng librong ito ay tatanggap ng mga kasagutan at biyaya mula sa Diyos sa pamamagitan ng pananalangin ng may inspirasyon at kapuspusan ng Banal na Espiritu, at buong pusong naghahandog sa Diyos ng alay para sa pakikipagkasundo na kalugluugod sa paningin Niya.

Kabanata 6

Ang Alay ng Nagkasala

"Kapag ang isang tao ay nagkasala nang hindi sinasadya sa alinman sa mga iniutos ng PANGINOON tungkol sa mga bagay na hindi dapat gawin, at nakagawa ng aliman sa mga ito: Kapag ang pari na binuhusan ng langis ang nagkasala at nagbunga ang pagkakasala sa bayan, ay maghahandog siya sa PANGINOON ng isang guyang toro na walang kapintasan, bilang handog pangkasalanan dahil sa nagawa niyang kasalanan."

Levitico 4:2-3

1. Kahulugan at Klase ng mga Alay ng Nagkasala

Sa pananampalataya kay Jesu-Cristo at sa kapangyarihan ng dugo Niya, napatawad ang lahat ng kasalanan natin at naligtas tayo. Pero para mapatunayan na totoo tayong nananampalataya, hindi lang natin sasabihing, "Naniniwala ako", ipakita din natin ito sa mga gawa at pagiging tapat. Kapag ipinakita natin sa Diyos na naglilingkod tayo nang may pananampalataya, malulugod Siya sa atin, patatawarin Niya ang mga kasalanan natin.

Paano natin tatanggapin ang kapatawaran ng mga kasalanan natin sa pamamagitan ng pananampalataya? Dapat lumakad sa liwanag ang bawat isang anak ng Diyos at hindi magkasala. Pero kung may pader ng kasalanan na nakatayo sa pagitan ng Diyos at ng mananampalataya na nagkasala dahil hindi pa siya perpekto, dapat niyang alamin ang solusyon at kumilos siya. Ang kasagutan ay makikita sa Salita ng Diyos tungkol sa mga alay ng mga nagkasala.

Mababasa natin dito na ang alay na ito ay ibinibigay sa Diyos bilang kabayaran sa mga kasalanang ginawa natin sa buhay. Ang paraan at proseso ng pag-aalay nito ay ayon sa tungkulin ng bawat isa na ibinigay ng Diyos at sa sukat ng kanilang pananampalataya. Tinatalakay ng Levitico kabanata 4 ang klase ng handog na ibibigay para sa kasalanan ng paring binasbasan, ng buong kongregasyon, ng isang lider, at mga ordinayong tao.

2. Mga Dapat Ialay para sa Pagkakasala ng Isang Paring Binasbasan

Sa Levitico 4:2-3, sinabi ng Diyos kay Moises, "Sabihin mo sa mga anak ni Israel: Kapag ang isang tao ay nagkasala nang hindi sinasadya sa alinman sa mga inutos ng PANGINOON tungkol sa mga bagay na hindi dapat gawin, at nagawa ang alinman sa mga ito:

kapag ang pari na binuhusan ng langis ang nagkasala at nagbunga ng pagkakasala sa bayan, ay maghahandog sa PANGINOON ng isang guyang toro na walang kapintasan, bilang handog pangkasalanan dahil sa nagawa niyang kasalanan." sa espirituwal na diwa, ang tinutukoy na 'mga anak ni Israel' dito ay lahat ng anak ng Diyos. Ang kahulugan ng 'kapag ang isang tao ay nagkasala nang hindi sinasadya sa alinmang iniutos ng PANGINOON na huwag gawin' ay kapag nilabag ang kautusan ng Diyos na mababasa sa 66 na aklat ng Biblia.

Kapag ang isang pari – o pastor, na nagtuturo at nagpapahayag ng Salita ng Diyos – ay lumabag sa kautusan ng Diyos, apektado o madadamay din ang mga tao sa pagbabayad ng kasalanan. Matindi ang pagkakasala niya dahil hindi niya tinuruan ang mga miyembro niya ayon sa katotohanan, hindi siya nagpakita ng magandang halimbawa; kahit hindi niya sinadyang magkasala, nakakahiya ito dahil hindi naintindihan ng isang pastor ang kalooban ng Diyos.

Halimbawa, kung mali ang pagtuturo ng isang pastor tungkol sa katotohanan, maniniwala sa kanya ang mga miyembro niya; hindi nila susundin ang kalooban ng Diyos; at ang buong iglesya ay magtatayo ng pader ng kasalanan sa pagitan nila at ng Diyos. Sinabi Niya sa atin, "Maging banal kayo" at "Umiwas sa kahit na anong masama", at "Manalangin nang walang patid." Anong mangyayari kung sasabihin ng pastor, "Tinubos tayo ng Diyos mula sa lahat ng kasalanan. Ligtas tayo kung dadalo tayo sa iglesya"? Sinasabi ni Jesus sa Mateo 15:14, "Kung ang bulag ay umakay sa bulag, kapwa sila mahuhulog sa hukay." Ang kabayaran ng kasalana ng pastor ay malaki dahil siya at ang mga miyembro niya ay malalayo sa Diyos. Kung nagkasala ang isang pastor at 'nagdala siya ng kasalanan sa mga tao', dapat siyang magbigay sa Diyos ng alay para sa pagkakasala.

1) Bakang lalaki na walang kapintasan bilang alay para sa pagkakasala

Kapag nagkasala ang isang paring binasbasan, 'madadamay ang mga tao sa pagkakasala niya'. Alam niyang malaki ang kabayaran ng kasalanan niya. Sa 1 Samuel 2-4 mababasa natin kung ano ang nangyari sa mga anak ng paring si Eli nang kunin nila ang handog na para sa Diyos. Nang makalaban ng Israel ang mga Filisteo, namatay ang mga anak na lalaki ni Eli at ang 30,000 sundalo ng Israel. Naagaw ng mga Filisteo ang Kaban ng Tipan, kaya ang buong Israel ay dumaan sa matinding pagdurusa.

Ito ang dahilan kung bakit ang alay bilang kabayaran ay dapat maging pinakamahalaga sa lahat: isang bakang lalaki na walang kapintasan. Sa lahat ng handog, pinakamalugod na tinatanggap ng Diyos ang bakang lalaki at tupang lalaki, pero mas malaki ang halaga ng bakang lalaki. Para sa pagkakasala, dapat ihandog ng pari ang bakang lalaki na walang kapintasan at hindi lang basta bakang lalaki. Ang espirituwal na kahulugan nito ay hindi dapat naghahandog ng mabigat sa kalooban at walang kasiyahan. Bawat handog ay dapat ibigay ng buong pagsasakripisyo.

2) Paghahandog ng alay para sa kasalanan

Dadalhin ng pari ang bakang lalaki na iaalay para sa pagkakasala sa pintuan ng toldang tipanan sa harapan ng PANGINOON. Ipapatong niya ang mga kamay niya dito, papatayin ito, kukuha ng dugo nito, at dadalhin sa loob ng toldang tipanan. Ilulublob niya ang mga daliri niya sa dugo at iwiwisik ng pitong beses ang dugo sa harapan ng PANGINOON, sa harapan ng tabing ng Dakong kabanal-banalan (Levitico 4:4-6). Ang pagpatong ng kamay sa ulo ng alay ay sumisimbulo ng pagpasa o paglipat ng kasalanan ng tao sa hayop. Dahil kamatayan ang kabayaran sa pagkakasala ng tao, napapatawad siya sa mga kasalanan niya dahil ipinasa niya ang pagkakasala sa hayop, pagkatapos, papatayin ang hayop na ito.

Kukuha ng dugo ang pari, ilulublob niya ang mga daliri niya sa dugong kinuha niya, at iwiwisik sa santuwaryo sa loob ng toldang tipanan, sa harapan ng tabing ng Dakong Kabanal-banalan. Makapal na kurtina ang 'tabing ng dakong banal', hinahati nito ang Santuwaryo at ang Dakong Kabanal-banalan. Hindi nag-aalay sa labas ng Santuwaryo, ito ay ginagawa sa altar na malapit sa templo; pero pumapasok ang pari sa Santuwaryo dala ang dugo ng alay para sa kasalanan at iwiwisik ito sa harapan ng tabing ng Santuwaryo, sa harapan ng Dakong Kabanal-banalan kung saan nananahan ang Diyos.

Pagsusumamo para sa kapatawaran ang sinisimbulo ng paglublob ng mga daliri sa dugo. Sinisimbulo nito ang paghingi ng kapatawaran hindi lang sa pamamagitan ng salita o pangako kundi ang bunga ng pagsisisi sa pagwaksi ng kasalanan at kasamaan. Ang paglublob ng mga daliri sa dugo ng 'pitong beses' ay nangangahulugang lubos ang pagwaksi ng kasalanan at kasamaan. "Pito" ang perpektong numero sa espirituwal na kaharian. Tatanggapin ang perpektong kapatawaran kung lubos na naiwaksi ang mga kasalanan at hindi na uulitin ang mga ito.

Nilalagyan din ng pari ng dugo ang mga sungay na nasa altar ng mabangong insenso sa harapan ng PANGINOON sa toldang tipanan. Pagkatapos, ibubuhos niya ang lahat ng dugo sa paanan ng altar ng mga alay na sinusunog sa pintuan ng toldang tipanan ng kapulungan (Levitico 4:7). Ang altar ng mabangong insenso – altar ng insenso - ay altar kung saan susunugin ang insenso; kapag inapuyan ang insenso, tatanggapin ito ng Diyos. Sa Biblia, sinisimbulo ng mga sungay ang hari at ang kanyang karangalan at kapangyarihan. Tinutukoy nito ang ating Hari, ang ating Diyos (Pahayag 5:6). Ipinapakitang tinanggap ng Diyos na ating Hari ang handog sa paglagay ng dugo sa sungay sa altar ng mabangong insenso.

Sa panahon natin ngayon, paano tayo magsisisi sa paraang tatanggapin ng Diyos? Binanggit kanina na iwinaksi ang kasalanan at kasamaan sa pamamagitan ng paglublob ng mga daliri sa dugo ng alay para sa kasalanan at pagwisik nito. Pagkatapos pag-isipan at pagsisihan ang mga kasalanan, pumunta tayo sa santuwaryo at ipahayag ang mga kasalanan sa pananalangin. Kung ang dugo ng alay ay ipinahid sa mga sungay para tanggapin ito ng Diyos, dapat tayong humarap sa kapangyarihan ng Diyos na Hari natin at ihandog sa Kanya ang panalangin ng pagsisisi. Pumunta tayo sa santuwaryo, lumuhod, at manalangin sa pangalan ni Jesu-Cristo sa tulong ng kapangyarihan ng Banal na Espiritu na nagbibigay sa atin ng espiritu ng pagsisisi.

Hindi naman kailangang nasa santuwaryo bago magsisi. Sa sandaling natanto natin na may ginawa tayong mali laban sa Diyos, magsisi tayo agad at magbago. Ang pagpunta sa santuwaryong binabanggit dito ay may kinalaman sa araw ng Sabbath, ang Araw ng Panginoon.

Kung noong panahon ng Lumang Tipan mga paring may basbas lang ang pwedeng makipag-usap sa Diyos, ngayon pwede na tayong manalangin at magkaroon ng personal at malapit na pakikisama sa Diyos sa tulong at kapangyarihan ng Banal na Espiritu dahil nananahan Siya sa puso ng bawat isa sa atin. Pwede din nating gawin ito kahit mag-isa lang tayo, tutulungan tayo ng Banal na Espiritu. Pero tandaan natin, ang lahat ng panalangin ay nagiging sapat kung susundin at pananatilihin nating banal ang Araw ng Panginoon.

Ang isang taong hindi sumusunod at nagpapanatiling banal sa Araw ng Panginoon ay walang pruweba na siya ay anak ng Diyos at hindi siya mapapatawad kung magsisisi siyang mag-isa. Tiyak na tatanggapin ng Diyos ang pagsisisi kapag humingi ng tawad ang isang tao sa sandaling matanto nito ang kasalanan niya, at kapag nanalangin ito sa santuwaryo sa Araw ng Panginoon.

Pagkatapos lagyan ng dugo ang mga sungay sa altar ng mabangong insenso, lahat ng dugo ay ibubuhos sa paanan ng altar ng handog na sinusunog. Ipinapakita nito na buo ang paghahandog sa Diyos ng dugo, na Siyang nagbibigay ng kahulugan sa alay, at ang espirituwal na diwa nito ay nagsisisi tayo ng may ganap at tapat na puso. Kinakailangan ng pagsisising inihahandog ng buong puso at pag-iisip at pinakatapat na pagsisikap para tanggapin ang kapatawaran ng mga kasalanang ginawang laban sa Diyos. Sinumang naghandog ng tunay na pagsisisi sa harapan ng Diyos ay hindi na gagawing muli ang kasalanang ito.

Susunod, tatanggalin ng pari ang lahat ng taba ng bakang lalaki at iaalay ito bilang handog sa altar ng handog na sinusunog. Pareho ng proseso ng alay para sa pakikipagkasundo ang gagawin dito. Dadalhin ito sa labas ng kampo kung saan ikakalat ang abo, susunugin ang balat, at lahat ng laman kasama pati ang ulo, mga binti, at laman-loob (Levitico 4:8-12). "Susunugin" ay nangangahulugang winawasak ang sarili at ang katotohanan lang ang ititira.

Kung ang taba sa alay para sa pakikipagkasundo ay tinatanggal, tinatanggal din ang taba sa alay para sa nagkasala at sinusunog sa altar. Sinasabi sa atin ng prosesong ito na ang pasisising ginagawa ng buong puso, pag-iisip at kalooban ang tatangapin ng Diyos.

Kung lahat ng bahagi ng alay na susunugin ay sinusunog lahat sa altar, hindi isinasama ang taba at ang bato sa alay para sa nagkasala. Sinusunog ito sa tabla sa labas ng kampo, dito na rin ikakalat ang abo. Ano ang dahilan?

Dahil sa diwang espirituwal, ang alay na sinusunog ay pagpapakita ng pagsamba na ang layunin ay magbigay ng lugod sa Diyos at magkaroon ng pakikisama sa Kanya, ito ay sinusunog sa altar sa loob ng templo. Pero dahil ang alay para sa nagkasala ay pantubos sa atin mula sa maruruming pagkakasala, hindi ito pwedeng sunugin sa altar sa loob ng templo. Ito ay sinusunog sa isang lugar na malayo sa mga tirahan ng mga tao.

Dapat tayong magsikap para lubos na maiwaksi ang mga kasalanang pinagsisisihan natin sa harapan ng Diyos. Sa pamamagitan ng apoy ng Banal na Espiritu, sunugin ang kayabangan, pagmamataas, ang dating ugaling masama na nakasanayan sa mundo, mga gawaing mali sa mata ng Diyos, at marami pang iba. Ipinasa na ng nagpatong ng kamay sa sakripisyong sinunog – bakang lalaki – ang mga kasalanan niya. Kaya mula dito, dapat maging buhay na sakripisyo ang taong ito na kinalulugdan ng Diyos.

Anong dapat nating gawin ngayon?

Naipaliwanag na kanina ang espirituwal na kahulugan ng mga katangian ng bakang iaalay at ni Jesus na namatay para tubusin tayo mula sa kasalanan. Kaya kung nagsisi tayo at sinunog ang lahat ng bahagi ng handog, magmula ngayon, tulad ng alay na ibinigay sa Diyos, magbago tayo, tulad ng Panginoon na naging alay para sa kasalanan. Sa pamamagitan ng masipag na paglilingkod sa mga miyembro ng iglesya sa pangalan ng Panginoon, pakinggan natin ang mga mananampalatayang nagtatapat sa atin ng mga problema nila, ibahagi natin sa kanila ang katotohanan at mabubuting bagay. Tulungan natin ang mga kapatid natin sa pananampalataya na maging tunay at banal na mga anak ng Diyos sa tapat na pagtulong sa kanila sa pangangalaga nila sa kanilang damdamin at kalooban, may pagluha, pagtitiyaga, at pananalangin. Tatanggapin ng Diyos na totoong nagsisisi tayo, dadalhin Niya tayo sa daan patungo sa mga biyaya.

Kahit hindi tayo mga pastor, sinasabi ng 1 Pedro 2:9, "Ngunit tayo'y isang lahing pinili, isang maharlikang pagkapari, isang bansang banal, sambayanang pag-aari ng Diyos," lahat tayong nananampalataya sa Panginoon ay dapat maging perpekto tulad ng mga pastor o pari at maging mga tunay na anak ng Diyos.

Bukod dito, dapat may kasamang pagsisisi ang handog na ibinibigay ng Diyos kapag nagbabayad ng kasalanan. Sinumang lubos na nalulungkot at nagsisisi sa mga kasalanang ginawa niya ay magbibigay ng alay. Makikita dito na buong puso at totoo ang pagsisisi niya sa harapan ng Diyos.

3. Mga Dapat Ialay para sa Kasalanan ng Buong Kongregasyon

"At kung ang buong kapulungan ng Israel ay magkasala nang hindi sinasadya, at ito ay hindi alam ng kapulungan, at sila'y nakagawa ng alinman sa mga bagay na iniutos ng PANGINOON na huwag gawin at sila'y nagkasala, kapag nalaman na ang kasalanang kanilang ginawa, ang kapulungan ay magdadala ng isang guyang bakang lalaki bilang handog pangkasalanan, at dadalhin ito sa harapan ng toldang tipanan." (Levitico 4:13-14)

Ang tinutukoy na 'pagkakasala ng buong kongregasyon' ay pagkakasala ng buong iglesya. Halimbawa, may mga pagkakataong nagkakaroon ng maliliit na grupo sa isang iglesya. Grupo ng mga pastor, mga elders, mga punong diakonesa, na nagiging problema ng buong kongregasyon. Sa sandaling nagkaroon at nagsimula ng awayan ang mga grupo, magkakasala ang buong iglesya, magtatayo ito ng pader ng kasalanan sa harapan ng Diyos dahil ang mga miyembro ay maaapektuhan ng mga awayan, paninira sa iba, at sama ng loob sa ibang miyembro.

Sinabi sa atin mismo ng Diyos na mahalin ang kaaway, maglingkod sa kapwa, magpakumbaba, makipagkasundo sa lahat ng tao, at magpakabanal. Hindi ba nakakahiya at nakakapalungkot sa Diyos kung ang mga lingkod ng Panginoon at ang mga kawan nila ay nagtatalutalo at ang magkakapatid kay Cristo ay lumalaban sa isa't isa? Kung nangyayari ito sa isang iglesya, hindi sila mapoprotektahan ng Diyos; hindi magkakaroon ng paglakas at pagsigla, at magkakaroon ng pagdurusa sa tahanan at negosyo ng mga miyembro.

Paano tayo tatanggap ng kapatawaran para sa kasalanan ng buong kongregasyon? Kapag nalaman na ang tungkol sa kasalanan ng buong kongragasyon, magdadala ng bakang lalaki sa harapan ng toldang tipanan. Ilalapat ng mga matatanda ang mga kamay nila sa ulo ng handog, papatayin ito sa harapan ng PANGINOON, at iaalay ito sa Diyos kung paano inialay ng mga pari ang handog para sa kasalanan. Magkapareho sa halaga at kahalagahan ang sakripisyo para sa alay para sa kasalanan ng mga pari at ng buong kongregasyon. Ibig sabihin, sa mata ng Diyos, ang bigat ng kasalanan na ginawa ng mga pari at ng kongregasyon ay pareho lang.

Pero kung ang sakripisyo para sa alay para sa kasalanan ng pari ay bakang lalaki na walang kapintasan, ang sakrpisyo para sa alay para sa kasalanan ng buong kongregasyon ay bakang lalaki lang ang kailangan. Ito ay sapagkat hindi madali para sa buong kongregasyon na magkaroon ng iisang kalooban o magkaisa at maghandog nang may kagalakan at pagpapasalamat.

Sa panahon natin ngayon, kapag nagkasla ang isang iglesya at gustong magsisi, posibleng mayroong mga miyembrong walang pananampalataya o ayaw magsisi, hindi mapalagay ang kaloobun. Dahil hindi madali para sa buong kongregasyon na magbigay ng handog sa Kanya na walang kapintasan, may awa ang Diyos sa bagay na ito. Kahit kakaunti lang ang hindi buo ang kalooban sa pagbibigay ng handog, kung karamihan sa mga miyembro ay magsisisi at magbabago, tatanggapin ng Diyos ang alay para sa kasalanan at magpapatawad Siya.

Dahil hindi pwedeng ilapat ng lahat ng miyembro ng kongregasyon ang kamay nila sa ulo ng alay, ang matatanda ang gagawa nito para sa lahat at ibibigay sa Diyos alay. Ang susunod na mga proseso ay pareho ng alay para sa kasalanan ng pari, mula sa paglublob ng pari ng daliri niya sa dugo ng handog, pagwisik niya ng dugo ng pitong beses sa harap ng kurtina ng Santuwaryo, paglagay ng dugo sa mga sungay ng altar ng mabangong insenso, at pagsunog ng natitirang bahagi ng handog sa labas ng kampo. Ang espirituwal na kahulugan ng prosesong ito ay lubos na ang pagtalikod sa kasalanan. Dapat din tayong maghandog na panalangin ng pagsisisi sa pangalan ni Jesu-Cristo at sa tulong ng Banal na Espiritu sa Santuwaryo ng Diyos para pormal na tanggapin ang pagsisisi. Kapag nagsisi at nagkaisa na ang buong kongregasyon, hindi na dapat maulit ang kasalanang ito.

4. Mga Dapat Ialay para sa Kasalanan ng Isang Lider

Sa Levitico 4:22-24, mababasa natin,

"Kapag ang isang pinuno ay nagkasala at nakagawa nang hindi sinasadya sa alinman sa lahat ng bagay na iniutos ng PANGINOON niyang Diyos na hindi dapat gawin, at nagkasala; kapag naipaalam na sa kanya ang kasalanang kanyang nagawa, siya ay magdadala ng kanyang handog na isang kambing na lalaki na walang kapintasan. Ipapatong niya ang kanyang kamay sa ulo ng kambing, at papatayin niya ito sa dakong pinagkakatayan ng handog na sinusunog sa harapan ng PANGINOON; ito ay handog pangkasalanan."

Kahit mas mababa ang posisyon kaysa sa mga pari, ang mga 'lider' ay nagtuturo at gumagabay, mas nakatataas sila sa mga karaniwang tao. Ang mga lider ay nag-aalay ng lalaking kambing. Mas mababa ito kaysa sa bakang lalaki na inihahandog ng mga pari pero mas mataas sa babaing kambing na inihahadog ng mga pangkaraniwang tao bilang alay para sa kasalanan.

Sa panahon natin ngayon, ang mga tinatawag na 'lider' sa iglesya ay mga namumuno sa isang grupo o mga lider ng cell o mga nagtuturo sa paaralang pang-Linggo. Naglilingkod ang mga lider bilang tagapatnubay sa mga miyembro ng iglesya. Pinili sila sa harapan ng Diyos hindi tulad ng karaniwang tao o mga taong bago pa lang sa pananampalataya. Kaya kapag gumawa sila ng kasalanang ginagawa rin ng karaniwang tao dapat nilang ibigay sa Diyos ang mas malaking bunga ng pagsisisi.

Noong panahon ng Lumang Tipan, ipinapatong ng lider ang kamay niya sa ulo ng lalaking kambing na walang kapintasan para maipasa dito ang kasalanan niyang ginawa. Pagkatapos, papatayin niya ito sa harapan ng Diyos. Mapapatawad ang lider kapag inilublob ng pari ang daliri niya sa dugo, ipinahid ang dugo sa mga sungay sa altar ng alay na sinusunog at ibinuhos ang natirang dugo sa paanan ng altar. Tulad ng ginagawa sa alay para sa pakikipagkasundo, sinusunog ang taba sa altar.

Hindi iwiniwisik ng pitong beses ng lider ang dugo sa harapan ng kurtina ng Santuwaryo gaya ng ginagawa ng mga pari. Ang ginagawa ng lider para ipakita ang pagsisisi ay naglalagay siya ng dugo sa mga sungay ng altar ng alay na sinusunog, at tatanggapin ito ng Diyos. Ito ay sapagkat magkaiba ang sukat ng pananampalataya ng lider at ng pari. Dahil ang pari ay dapat hindi na muling magkasala pagkatapos magsisi, dapat niyang iwisik ng pitong beses ang dugo ng sakripisyo. Sa espirituwal na diwa, perpektong numero ang pito.

Pero malamang magkasalang muli ang isang lider ng hindi sinasadya, dahil dito, hindi siya inutusan na magwisik ng pitong beses ng dugo ng alay. Ito ay simbulo ng pag-ibig at awa ng Diyos na nais tumanggap at magpatawad ng pagsisisi mula sa bawat isang tao ayon sa antas ng pananampalataya nila. Sa pagtalakay tungkol sa alay para sa kasalanan, ang pari ay tinawag na 'ministro', 'lider', 'isang maggagawa na kumikilos bilang lider'. Pero ang mga pagtukoy na ito ay hindi limitado sa mga tungkuling ibinigay ng Diyos sa loob ng isang iglesya. Tumutukoy din ito sa antas ng pananampalataya ng bawat mananampalataya.

Ang isang ministro ay dapat mapabanal sa pamamagitan ng pananmpalataya bago ipagkatiwala sa kanya ang paggabay sa isang kawan ng mga mananampalataya. Dapat lang na ang pananampalataya ng isang nasa posisyon para gumabay sa iba bilang lider ng isang grupo o team, o guro sa paaralang pang-Linggo na magkaroon ng pananampalatayang nasa ibang antas kaysa sa pangkaraniwang mananampalataya kahit hindi pa siya ganap na banal. Kung ang antas ng pananampalataya ng isang ministro, lider, pangkaraniwang mananampalataya ay magkakaiba, ang kahulugan ng kasalanan at ang antas ng pagsisisi na tatanggapin ng Diyos ay magkakaiba din kahit pareho lang ang kasalanang ginawa nila.

Hindi ito nangangahulugang pwede ng isipin ng isang mananampalataya, 'Dahil hindi pa perpekto ang pananampalataya ko, kahit magkasala pa rin ako, bibigyan pa ako ng Diyos ng isa pang pagkakataon,' kaya magsisisi siya pero hindi taos sa puso niya. Hindi tatangapin ang pagpapatawad ng Diyos kapag sinasadya ng isang taong magkasala. Ang tatanggapin ng Diyos ay ang pagsisisi ng isang taong nagkasala, umamin na nagkasala siya, at humiling ng kapatawaran sa pagkakasala niya. Bukod dito, sa sandaling nagkasala ang isang tao at nagsisi, tatanggapin ng Diyos ang pagsisisi niya kung gagawin niya ang lahat at mananalangin ng maalab para hindi na niya ulitin ang pagkakasala niya.

5. Mga Dapat Ialay para sa Kasalanan ng Ordinaryong Tao

Ang tinutukoy na 'ordinaryo o karaniwang tao' ay mga taong maliliit pa ang pananampalataya o mga ordinaryong miyembro ng iglesya. Kapag nagkakasala ang mga pangkaraniwang tao, ito ay dahil maliit ang pananampalataya nila, kaya ang bigat ng alay para sa kasalanan nila ay mas magaan kaysa sa pari o lider. Dapat maghandog sa Diyos ng babaing kambing, na mas mababa ang halaga kaysa sa lalaking kambing, walang kapintasan ang karaniwang tao. Tulad ng alay para sa kasalanan na ginagawa ng pari o lider, ilulubob ng pari ang mga daliri niya sa dugo ng alay ng karaniwang tao, ipapahid ito sa mga sungay na nasa altar ng alay na sinusunog, at ibubuhos ang matitira sa altar.

Dahil malaki ang posibilidad na magkasala uli ang karaniwang tao dahil maliit nga ang pananampalataya niya, kaaawaan siya ng Diyos at patatawarin siya kung lubos at taos-puso ang gagawin niyang pagsisisi sa mga nagawa niyang kasalanan. Bukod dito, sa paraang iniutos ng Diyos kung paano ihahandog ang 'babaing kambing', makikita natin na ang mga pagkakasala sa antas na ito ay mas madaling patawarin kaysa sa mga kasalanan na kailangang lalaking kambing o tupa ang dapat ihandog. Hindi nangangahulugang pumapayag ang Diyos sa pasisising hindi taos-puso; dapat tunay at totoong pagsisisi ang ibigay sa Diyos, at magdesisyon na hindi na muling magkasala.

Kapag natanto ng isang taong maliit ang pananampalataya na nagkasala siya at nagsisi at nagsikap na hindi na muling magkasala, dahan-dahang mababawasan ang paggawa niya ng kasalanan hanggang maiwaksi na niya ito ng lubusan. Tinatanggap ng Diyos ang pagsisising may kasamang bunga. Hindi Niya tatanggapin ang pagsisising salita lang at hindi taos-puso kahit nagmumula ito sa isang bagong mananampalataya.

Kinalulugdan at kinagigiliwan ng Diyos ang isang bagong mananampalataya na nagsisisi agad sa kasalanang ginawa niya, iwawaksi nya ito. Sa halip na isipin niya, 'Hanggang dito lang ang pananampalataya ko, sapat na ito para sa akin.' Hindi lang sa pagsisisi, kundi pati sa panalangin, pagsamba, at sa bawat aspeto ng buhay kay Cristo, kung magsisikap ang isang tao na mangibabaw at higitan ang sariling kakayahan, bibigyan siya ng Diyos ng umaapaw na pag-ibig at mga biyaya.

Kung hindi kayang mag-alay ng babaing kambing at babaing tupa ang ibinigay, ito'y dapat walang kapintasan (Levitico 4:32). Ang dukha ay nagbigay ng dalawang batu-bato o dalawang batang kalapati, at ang mas dukha pa ay nagbigay ng kahit kaunting pinong harina (Levitico 5:7, 11). Nilagay sa kanya-kanyang kategorya ng Diyos na Makatarungan ang tinatanggap Niyang alay para sa kasalanan ayon sa sukat ng pananampalataya ng bawat isa.

Tinalakay na natin kung paano makikipagkasundo at magbabayad sa Diyos sa pamamagitan ng mga alay para sa kasalanan ng mga taong may iba-ibang posisyon at tungkulin. Umaasa ako na bawat tao ay makikipagkasundo sa Diyos at suriin ang tungkulin na ibinigay sa kanya at ang antas ng pananampalataya niya. Lubos at taos-puso nawa ang pagsisisi niya sa mga pagkakamali at pagkakasala niya kapag may nakita siyang pader ng kasalanan na nakaharang sa daanan niya patungo sa Diyos.

Kabanata 7

Mga Alay ng Kinukonsiyensya

"Kung ang sinuman ay nakagawa ng pagsira sa pagtitiwala at nagkasala nang hindi sinasadya sa mga banal na bagay ng PANGINOON, magdala siya sa PANGINOON ng handog para sa budhing maysala ng isang tupang lalaki na walang kapintasan mula sa kawan, na ayon sa halagang itinakda ng santuwaryo para sa siklong pilak. Ito ay handog para sa budhing maysala."

Levitico 5:15

1. Kahulugan at Kahalaghan ng mga Alay ng Kinukonsiyensya

Ang alay ng kinukonsiyensya ay ibinibigay sa Diyos bilang pambayad sa kasalanang ginawa. Kapag nagkasala ang mga mamamayan ng Diyos dapat silang magbigay ng alay para sa kasalanang ginawa nila at magsisi sa harapan Niya. Hindi lang dapat talikuran ng taong nagkasala ang kasalanang ginawa niya, dapat din niyang panagutan ang kasalanang ginawa niya, depende ito sa klase ng pagkakasala niya.

Halimbawa, nanghiram ang isang tao ng isang bagay mula sa kaibigan niya, pero hindi sinasadyang nasira niya ito. Hindi sapat ang paghingi niya ng dispensa sa kaibigan niya, dapat din niyang palitan ang nasira niya. Kung hindi niya mapalitan, bayaran na lang niya ang eksaktong halaga ng bagay na nasira niya para makabawi siya. Nagpapakita ito ng totoong pagsisisi.

Ang pagbibigay ng alay ng isang taong kinukonsiyensya ay nagpapakita ng pakikipagkasundo sa pamamagitan ng pagbabayad o pag-amin sa kasalanang ginawa. Pareho din ito ng pagsisisi sa harapan ng Diyos. Kung kailangan nating bayaran ang kasalanan natin sa mga kapatid natin kay Cristo, dapat din nating ipakita sa Kanya ang tunay na pagsisisi kapag nagkasala tayo laban sa Kanya para ito ay maging ganap.

2. Mga Dahilan at Paraan ng Pag-aalay ng Kinukonsiyensya

1) Kapag Gumawa ng Maling Patotoo

Sinasabi ng Levitico 5:1. "Kapag may hayagang panawagan upang sumaksi, at magagawa ng isang tao na sumaksi bilang isa na nakakita o nakarinig, ngunit ayaw namang magsalita, ang taong iyon ay nagkakasala at dapat parusahan." May mga pagkakataong may mga taong nagbibigay ng maling salaysay kahit sumumpa silang magsasabi ng totoo kapag nakataya ang pansariling interes nila. Halimbawa, gumawa ng krimen ang anak ninyo, pero inosenteng tao ang inakusahan. Kung tatawagin kayo bilang testigo, magbibigay ba kayo ng totoong salaysay? Kung mananahimik kayo para protektahan ang anak ninyo at pababayaang ibang tao ang makulong, hindi malalaman ng ibang tao ang totoong pangyayari, pero nakikita ng Diyos ang lahat ng bagay. Kaya dapat sabihin ng isang testigo ang lahat ng nakita at narinig niya para matiyak na sa pamamagitan ng patas na paglilitis walang inosenteng magdurusa.

Parang buhay din natin ito sa araw-araw. Maraming tao ang hindi nakakapagsabi ng tama tungkol sa mga nakita at narinig nila, at ayon sa sarili nilang palagay, nagsasabi sila ng maling impormasyon. May mga nagbibigay din ng maling pahayag, gumagawa sila ng maling kwento na parang nakita nila ng personal ang isang bagay na hindi nila nakita. Dahil sa mga maling pahayag na ito, nahahatulan ang mga inosenteng tao tungkol sa mga krimen na hindi nila ginawa. Hindi makatarungan ang pagdurusa nila. Mababasa natin sa Santiago 4:17, "Kaya't ang sinumang nakakaalam ng paggawa ng mabuti ngunit hindi ito ginagawa, ito ay kasalanan sa kanya." Ang mga anak ng Diyos na nakakaalam ng katotohanan ay dapat kumilos ayon sa katotohanan at magbigay ng tamang pahayag para walang ibang taong mahirapan.

Kung nananahan sa puso natin ang kabutihan at katotohanan, magsasabi tayo ng totoo sa lahat ng bagay. Hindi tayo magsasalita ng masama, o magbibintang sa kahit kanino, magbabaliktad ng kwento, o magbibigay ng walang saysay na mga sagot. Kung nakasakit siya ng kapwa dahil iniwasan niyang magbigay ng pahayag kahit hiniling sa kanya ito, o mali ang sinabi niyang salaysay, dapat siyang magbigay sa Diyos ng alay ng mga kinukonsiyensya.

2) Kapag Nakahipo ng Maruruming Bagay
Mababasa natin sa Levitico 5:2-3

O kung sinuman ang nakahipo ng alinmang bagay na marumi, o maging ito ay bangkay ng mabangis na hayop na marumi, o bangkay ng umuusad na marumi, at di niya iyon nalaman, siya'y magiging marumi at nagkakasala. O kung siya'y nakahipo ng karumihan ng tao, maging anumang karumihan niya, at hindi niya iyon nalalaman, siya ay nagkaksala kapag nalaman niya iyon.

Ang 'maruming bagay' na tinutukoy dito sa espirituwal na kahulugan ay lahat ng masasamang ugali na laban sa katotohanan. Sakop ng ugaling ito ang lahat ng bagay na nakita, narinig, o nasabi, pati ang mga bagay na naramdaman ng katawan at puso. May mga bagay na hindi tinitingnang kasalanan bago malaman ang katotohanan. Pero kapag batid na ang totoo, sasabihin na nating mali sa paningin ng Diyos ang bagay na ito. Halimbawa, noong hindi pa natin nakakatagpo ang Diyos pwedeng nakakita tayo ng mga bagay na bayolente o bastos pero noong panahong iyon hindi pa natin iniisip na bayolente at bastos ang mga ito. Pero nang makatagpo natin si Cristo, nalaman natin na masama ang mga bagay na ito. Sa sandaling matanto natin na gumawa tayo ng mga bagay na masama kung ikukumpara natin sa mabuti, magsisi tayo at magbigay sa Diyos ng alay ng kinukonsiyensya.

Kahit Cristiano na tayo, may mga pagkakataong hindi natin sinasadyang makakita at makarinig ng mga bagay na masasama. Makakabuti kung babantayan at aalagaan natin ang damdamin natin. Pero kung hindi mababantayan at maaalagaan ng isang mananampalataya ang damdamin niya at tatanggapin ang nadama niya nang marinig at makita niya ang masamang bagay na ito, dapat siyang magsisi agad at maghandog sa Diyos ng alay ng kinukonsiyensya.

3) Pagkatapos Sumumpa

Mababasa sa Levitico 5:4, "Kapag ang isang tao ay sumumpa ng padalus-dalos sa pamamagitan ng kanyang mga labi, upang gumawa ng masama o ng mabuti, anumang padalus-dalos na panunumpa na isinumpa ng tao, at iyon ay hindi niya nalaman, siya ay nagkakasala kapag nalaman niya iyon." Pinagbawalan tayo ng Diyos na sumumpa para sa "kabutihan o kasamaan".

Bakit tayo pinagbabawalan ng Diyos na manumpa, mangako, magmura? Natural lang na pagbawalan tayo ng Diyos na gawin ito 'para sa kasamaan' pero ipinagbawal din Niya na gawin ito 'para sa kabutihan' dahil 100% naman ang posibilidad na hindi ito tutuparin ng tao (Mateo 5:33-37; Santiago 5:12). Hangga't hindi pa nagiging perpekto ang tao ayon sa katotohanan, magbabago pa ang puso niya ayon sa benepisyong makukha niya o sa damdamin niya. Hindi niya mapapanindigan ang mga ipinapangako niya. Bukod dito, may mga pagkakataong nakikialam ang kaaway na diyablo at Satanas sa buhay ng mga mananampalataya para pigilan silang tuparin ang ipinangako nila kaya nagkakaroon ng dahilan para akusahan ang mga mananampalataya. Tingnan ninyo itong matinding halimbawang ito: May isang taong nangako, "Gagawin ko ito at ito bukas," pagkatapos, bigla siyang namatay. Paano niya tutuparin ang ipinangako niya?

Dahil dito wala dapat sumumpang may mangyaring masama sa ibang tao o kahit mangako siyang may gagawin siyang mabuti.

Sa halip na sumumpa, manalangin siya sa Diyos at humiling ng kalakasan. Halimbawa, kung nangako ang isang taong manalangin ng walang patid, sa halip na mangakong, "Dadalo ako araw-araw sa pulong panalangin," ang idalangin niya dapat ay, "Diyos ko, tulungan Mo po ako na manalangin ng walang patid, at ilayo Mo po ako sa pangguglo ng kaaway na diyablo at Satanas." Kung pabigla-bigla ang panunumpa ng isang tao, dapat siyang magsisi at mag-alay sa Diyos.

Kung may pagkakasala ang taong ito sa alinman sa tatlong binanggit kanina, "Dadalhin niya sa PANGINOON ang kanyang handog para sa budhing maysala dahil sa kasalanang nagawa niya, isang babaing hayop mula sa kawan, isang kordero o isang kambing bilang alay para sa kasalanan, at ang pari ay gagawa ng pagtuos sa kanya" (Levitico 5:6). Iniuutos ang pagbigay ng alay para sa kasalanan dito kasabay ng paliwanag ng dahilan ng pag-aalay. Ito ay sapagkat para sa mga kasalanang dapat magbigay ng alay ng mga kinukonsiyensya sinasabayan ito ng alay para sa kasalanan. Naipaliwanag na na ang alay para sa kasalanan ay pagpapakita ng pagsisisi sa harapan ng Diyos at pagtalikod sa kasalanang iyon. Pero, ipinaliwanag din na kung ang kasalanang ginawa ay hindi lang kinakailangang tumalikod sa mga makasalanang gawain kundi pati ang pananagot sa pagkakasala, ang alay ng kinukonsiyensya ang magpapaperpekto sa pagsisisi niya kapag binayaran niya ang nawalan o nasaktan o pinanagutan sa pamamagitan ng mga gawa.

Sa pangyayaring ito, ang isang tao ay hindi lang magbabayad, magbibigay din siya ng alay ng kinukonsiyensya na may kasamang alay pra sa kasalanan at pagsisisi sa harapan ng Diyos. Kahit nagkasala pa sa ibang tao ang taong ito dahil nagkasala ng kasalanang hindi niya dapat ginawa bilang anak ng Diyos, dapat siyang magsisi sa harapan ng Ama na nasa langit.

Sabihin nating dinaya ng isang lalaki ang kapatid niyang babae, inagaw niya ang ari-arian nito. Kung gustong magsisi ng lalaking ito sa harapan ng Diyos, dapat gawin niya ng taos-puso, iwaksi niya ang kasakiman at kadayaan. Dapat mapatawad siya ng kapatid niyang babae na niloko niya. Pero hindi lang sa pamamagitan ng salita ang paghingi niya ng tawad, dapat din niyang bayaran ang halagang katumbas ng nawala sa kapatid niya dahil sa ginawa niya. Ang tinutukoy na 'alay para sa kasalanan' dito ay ang pagtalikod niya sa kasalanan at pagsisisi sa harapan ng Diyos, at ang 'alay ng kinukonsiyensya' ay ang paghingi ng tawad sa kapatid niya at pagbabayad ng katumbas na halaga ng nawala sa kapatid niya.

Sa Levitico 5:6, iniutos ng Diyos na kapag nagbigay ng alay para sa kasalanan na may kasabay na alay ng kinukonsiyensya, dapat mag-alay ng babaing tupa o kambing. Sa sumunod na talata mababasa natin na kung hindi makakayang mag-alay ng tupa o kambing, dapat siyang mag-alay ng dalawang batu-bato o dalawang batang kalapati bilang alay ng kinukonsiyensya. Tandaan ninyo na dalawang ibon ang iaalay. Isa para sa alay para sa kasalanan at ang isa ay para sa kinukonsiyensya.

Bakit iniutos ng Diyos na ibigay ng magkasabay ang alay na sinunog at ang alay para sa kasalanan na dalawang batu-bato o dalawang batang kalapati? Sinisimbulo ng alay na sinusunog ang pagpapanatiling banal at pagsunod sa araw ng Sabbath. Sa espirituwal na pagsamba, ito ang pagsambang inihahandog sa Diyos tuwing araw ng Linggo. Kaya dati, kung ipinapakita sa atin na ang ginagawa noon na magkasabay na pag-aalay ng dalawang batu-bato o dalawang batang kalapati bilang alay para sa kasalanan at alay na susunugin, nagpapakita ito ng pagsisisi ng isang tao na nagiging perpekto kapag pinanatili niyang banal at sinunod ang araw ng Sabbath. Ang perpektong pagsisisi ay hindi lang nangangailangan ng pagsisisi sa sandaling natanto ninyo na nagkasala kayo. Kinakailangan din na ipahayag ninyo na nagkasala at nagsisisi kayo sa loob ng Santuwaryo ng Diyos sa araw ng Panginoon.

Kung napakahirap ng isang tao at hindi kaya na mag-alay ng dalawang batu-bato o dalawang batang kalapati, dapat maghandog siya ng 22 litro o 5 galon ng pinong harina. Dapat hayop ang alay para sa kasalanan dahil sakripisyo ito para mapatawad. Pero dahil mahabagin ang Diyos, pumayag Siya na mag-alay ang mahihirap ng harina sa halip na hayop para mapatawad din sila sa mga kasalanan nila.

Magkaiba ang alay pangkasalanan na harina at alay na butil na harina. Kung nilalagyan ng langis at kamanyang ang alay na butil para bumango at lumapot, hindi ito lalagyan ng mga ito kung para sa alay para sa kasalanan. Bakit kaya? Dahil pareho ang kahulugan ng pagsunog ng alay na pambayad at pagsunog ng kasalanan ng isang tao.

May kahulugang ang hindi paglagay ng langis o kamanyang sa harina sa espirituwal na diwa. Ito ay tungkol sa damdamin ng tao bago siya lumapit sa harapan ng Diyos para magsisi. Sinasabi sa atin ng 1 Mga Hari 21:27 na nang magsisi sa harapan ng Diyos si Haring Ahab, "...kanyang pinunit ang kanyang mga damit, nagsuot ng sako sa kanyang katawan, nag-ayuno, nahiga sa sako, at nagpalakad-lakad na namamanglaw." Kapag 'pinipiga' ng isang tao ang puso niya sa pagsisisi, magtitino siya, magpipigil, at magpapakababa. Magiging maingat siya sa mga sasabihin niya, at kung paano niya dadalhin ang sarili niya, at ipapakita sa Diyos na nagsisikap siyang maging disiplinado at mahinahon.

4) Pagkatapos magkasala laban sa mga banal na bagay o naging dahilan ng kawalan ng mga kapatid kay Cristo

Sa Levitico 5:15-16, mababasa natin,

Kung ang sinuman ay nakagawa ng pagsira sa pagtitiwala at nagkasala nang hindi sinasadya sa mga banal na bagay ng PANGINOON, magdadala siya sa PANGINOON ng handog para sa budhing maysala (konsiyensya) ng isang tupang lalaki na walang kapintasan mula sa kawan, na ayon sa halagang itinakda ng santuwaryo para sa siklong pilak (halos katumbas ng 15 gramo). Ito ay handog para sa budhing maysala (kinukonsiyensya). At isasauli niya ang kanyang ipinagkasala laban sa banal na bagay, at magdaragdag pa siya ng ikalimang bahagi, at ibibigay niya sa pari. Ang pari ay gagawa ng pagtubos para sa nagkasala sa pamamagitan ng lalaking tupang handog para sa budhing maysala at siya ay patatawarin.

Ang tinutukoy na 'mga banal na bagay ng PANGINOON' ay ang santuwaryo ng Diyos at ang lahat ng bagay na nasa santuwaryo. Walang sinuman, kahit mga pastor o mga naghandog, ang pwedeng gumamit, o magbenta ng kahit na anong bagay na inilaan para sa Diyos dahil tinitingnang banal ang mga ito. Bukod dito, ang mga bagay na sinasabi nating banal ay hindi lang mga 'bagay na banal'. Tumutukoy ito sa buong santuwaryo. Ang santuwaryo ay isang lugar na inibukod ng Diyos, nilagay Niya dito ang pangalan Niya.

Walang makamundong salita o kasinungalingan ang dapat marinig at sabihin sa santuwaryo. Dapat turuan ng mga mananampalataya ang mga anak nila na hindi dapat tumakbo at maglaro sa santuwaryo; o mag-ingay, magkalat, o manira ng mga banal na bagay dito.

Kung hindi sinasadyang makasira ng mga bagay ng Diyos, dapat palitan ng taong ito ang nasira niya ng mas mabuti, mas perpekto, at walang depekto. Hindi presyo o kahalagahan ng nasirang bagay ang dapat ipalit, magdadagdag ng 'panlimang bahagi nito' bilang alay ng kinukonsiyensya. Iniutos ito ng Diyos para ipaalala sa atin na dapat tayong kumilos ng katanggap-tanggap at may pagpipigil sa sarili. Kapag gumagamit o humahawak tayo ng mga banal na bagay na pag-aari ng Diyos dapat maging maingat tayo para magamit natin ang mga ito ng tama at hindi masira. Kung nakasira tayo o nakabasag dahil hindi tayo nag-ingat, magsisi tayo mula sa kaibuturan ng puso natin, bayaran ng mas malaking halaga o kahalagahan ang bagay na nasira.

Sinasabi sa atin ng Levitico 6:2-5 ang mga paraan kung paano tatanggapin ng isang tao ang kapatawaran sa mga kasalanan niyang, "pandaraya sa kapwa tungkol sa isang habilin, o sa isang sangla, o pagnanakaw, o pangingikil sa kapwa, o nakatagpo ng nawawalang bagay at nagsinungaling tungkol dito, at sumumpa ng kasinungalingan tungkol sa alinman sa lahat ng ito na ginawa ng tao, at nagkasala; kapag siya ay nagkasala at naunawaan niya ang kanyang kasalanan, isasauli niya ang ninakaw, o ang nakuha sa pangingikil, o ang habiling inihabilin sa kanya, o ang bagay na nawala na kanyang natagpuan, o lahat ng bagay na kanyang sinumpaan ng kabulaanan. Isasauli niya itong buo at daragdagan pa niya ng ikalimang bahagi niyon sa kaninumang nagmamay-ari sa araw ng kanyang pag-aalay para sa budhing maysala." Ito ang paraan ng pagsisisi para sa mga kasalanang ginawa bago magtiwala sa Diyos. At kung paano magsisisi at tatanggap ng kapatawaran kapag nalaman na may kinuha siyang isang bagay na pag-aari ng ibang tao.

Para mabayaran ang kasalanang tulad nito, dapat isauli niya sa orihinal na may-ari ang bagay na kinuha at may dagdag pang ikalimang bahagi ng halaga ng bagay na ito. Ang sinasabing ikalimang bahagi dito ay hindi lang bahaging pwedeng kwentahin sa numero, nangangahulugan din itong pagpapakita ng pagsisisi na nagmumula sa kaibuturan ng puso. Pagkatapos, patatawarin siya ng Diyos. Halimbawa, may pagkakataong ang mga ginawang kasalanan noon ay hindi pwedeng bilangin at bayaran ayon sa halaga. Sa pangyayaring tulad nito, ang dapat gawin ng taong nagkasala ay magpakita ng pagsisisi. Magbigay siya para sa kaharian ng Diyos mula sa perang kinikita niya sa trabaho o negosyo o tumulong sa mga nangangailangan. Kapag nagpakita siya ng pagsisisi sa pamamagitan ng mga gawaing ito, patatawarin siya ng Diyos.

Tandaan ninyo na ang pagsisisi ang pinakamahalagang sangkap sa pag-aalay ng isang kinukonsiyensya o ng pag-aalay para sa kasalanan. Hindi hinihingi ng Diyos mula sa atin ang pinatabang guya, ang nais Niya ay ang nagsisising puso (Mga Awit 51:17). Kaya kapag sumasamba sa Diyos, dapat tayong magsisi mula sa kasalanan at kasamaan sa kaibuturan ng ating puso at dapat din tayong maglabas ng katumbas na bunga. Umaasa ako na kung mag-aalay kayo sa Diyos ng pagsamba at mga handog na magbibigay ng lugod sa Kanya, at ang buhay ninyo bilang buhay na sakripisyo na katanggap-tanggap para sa Kanya, lalakad kayo sa gitna ng umaapaw na pag-ibig at biyaya Niya.

Kabanata 8

Ialay ang Inyong Katawan Bilang Buhay at Banal na Sakripisyo

"Kaya nga mga kapatid, isinasamo ko sa inyo, alang-alang sa mga kahabagan ng Diyos, na inyong ialay ang inyong mga katawan na isang handog na buhay, banal, na kasiya-siya sa Diyos, na siya ninyong makatuwirang paglilingkod."

Mga Taga Roma 12:1

1. Isanlibong Alay na Sinunog at mga Biyaya para kay Solomon

Iniluklok sa trono si Solomon sa edad na 20. Mula noong bata siya, tinuruan siya ni Propetang Nathan tungkol sa pananampalataya, inibig niya ang Diyos, at sinunod niya ang mga utos ng ama niyang si Haring David. Nang mailulok na siya sa trono, nag-alay si Solomon sa Diyos ng isanlibong alay na sinunog.

Hindi madaling gawin ang maghandog ng isanlibong alay na susunugin. Maraming limitasyon tungkol sa lugar, oras, nilalaman ng alay, at mga paraan na inilalakip sa mga handog noong panahon ng Lumang Tipan. Kailangan ni Haring Solomon ng mas malaking lugar, marami siyang kasama at mas marami ang handog na iaalay niya. Sinasabi sa 2 Mga Cronica 1:2-3, "Nagsalita si Solomon sa buong Israel, sa mga punong kawal ng libu-libo at ng daan-daan, sa mga hukom, at sa lahat ng mga pinuno sa buong Israel, na mga puno ng mga sambahayan. Si Solomon at ang buong kapulungan na kasama niya ay pumunta sa mataas na dako na nasa Gibeon, sapagkat ang toldang tipanan ng Diyos na ginawa ni Moises na lingkod ng PANGINOON sa ilang ay naroon." Pumunta si Solomon sa Gibeon dahil naroon ang toldang tipanan ng Diyos na itinayo ni Moises sa desyerto.

Kasama ang buong kongregasyon, pumunta si Solomon sa 'harapan ng PANGINOON, sa tansong altar na nasa toldang tipanan'. Nag-alay siya sa Kanya ng isanlibong alay na sinunog. Naipaliwanag na kanina na ang alay na sinusunog ay pagbibigay sa Diyos ng mabangong samyo ng sinusunog na hayop na iniaalay, at habang ibinibigay sa Diyos ang buhay, sinisimbulo nito ang ganap na sakripisyo at katapatan.

Noong gabing iyon, nagpakita ang Diyos kay Solomon sa isang panaginip. Tinanong ng Diyos sa kanya, "Hingin mo ang dapat kong ibigay sa iyo" (2 Mga Cronica 1:7). Sumagot si Solomon,

"Ikaw ay nagpakita ng malaki at tapat na pag-ibig kay David na aking ama, at ginawa Mo akong hari na kapalit niya. O PANGINOONG Diyos, matupad nawa ngayon ang Iyong pangako kay David na aking ama, sapagkat ginawa Mo akong hari sa isang bayan na kasindami ng alabok sa lupa. Bigyan Mo ako ngayon ng karunungan at kaalaman upang ako'y makalabas-masok sa harapan ng bayang ito; sapagkat sinong makakapamahala dito sa iyong bayang napakalaki?" (2 Mga Cronica 8-10)

Hindi hiniling ni Solomon ang kayamanan, ari-arian, karangalan, buhay ng mga kalaban, o mahabang buhay. Ang hiniling niya ang karunungan at kaalaman para makapamuno siya ng mabuti sa mga tao. Nalugod ang Diyos sa isinagot ni Solomon, hindi lang ibinigay ng Diyos sa hari ang karunungan at kaalaman na hiniling nito, biniyagan pa siya ng Diyos ng kayamanan, ari-arian, karangalan, na hindi nito hiniling.

Sinabi ng Diyos kay Solomon, "Ang karunungan at kaalaman ay ipinagkakaloob ko sa iyo. Bibigyan din kita ng kayamanan, ari-arian, at karangalan, na walang haring nauna o kasunod mo ang magkakaroon nang gayon" (t.12).

Kapag naghandog tayo ng espirituwal na pagsamba sa Diyos na nakakapagbigay ng lugod sa Kanya, bibiyayaan Niya tayo para maging mabuti ang lahat ng aspeto ng ating buhay at maging malusog habang sumasagana ang ating mga kaluluwa.

2. Mula sa Panahon ng Tabernakulo Hanggang sa Panahon ng Templo

Pagkatapos pagkaisahin at patatagin ang kaharian niya, may isa pang bagay na bumagabag sa puso ni Haring David, ang ama ni Solomon: Hindi pa naitatayo ang Templo ng Diyos. Nangangamba si David dahil ang Kaban ng Diyos ay napapalibutan lang ng mga kurtina habang siya ay nakatira sa isang palasyo na gawa sa punong cedar, nagpasiya siyang magtayo ng templo. Pero hindi ito pinayagan ng Diyos dahil maraming dugo ang dumanak dahil marami siyang napatay sa labanan, hindi siya karapat-dapat magtayo ng banal na templo ng Diyos.

Ngunit ang salita ng PANGINOON ay dumating sa akin na sinsabi, "Ikaw ay nagpadanak ng maraming dugo at nagsagawa ng malalaking pakikidigma. Hindi ka magtatayo ng bahay para sa Aking pangalan sapagkat ikaw ay nagpadanak ng maraming dugo sa lupa sa Aking paningin." (1 Mga Cronica 22:8)

Ngunit sinabi ng Diyos sa akin, "Hindi ka magtatayo ng bahay para sa Aking pangalan, sapagkat ikaw ay isang mandirigma at nagpapadanak ng dugo." (1 Mga Cronica 28:3)

Kahit hindi naisakatuparan ni Haring David ang pangarap niyang magtayo ng Templo, sinunod pa rin niya ang Salita ng Diyos dahil malaki ang pagpapasalamat niya. Inihanda niya ang ginto, pilak, tanso, mamahaling mga hiyas, mga puno ng cedar, at lahat ng mga materyales na gagamitn ng susunod na hari, ang anak niyang si Solomon, sa pagtatayo ng Templo.

Sa pang-apat na taon niya sa pagkakaluklok sa trono, ipinangako ni Solomon ang pagsunod sa kalooban ng Diyos at itinayo na ang Templo. Sinimulan niya ang pagtatayo sa Bundok ng Moria sa Jerusalem at natapos ito sa loob ng pitong taon. Natapos ang Templo ng Diyos pagkatapos ng 480 taon pagkatapos lisanin ng mga mamamayan ng Israel ang Ehipto. Pinalipat ni Solomon sa Templo ang Kaban ng Tipan at lahat ng banal na kagamitan.

Nang dalhin ng mga pari ang Kaban ng Tipan sa Dakong Kabanal-banalan, pinuno ng kaluwalhatian ng Diyos ang buong lugar. "Kaya't ang mga pari ay hindi makatayo upang mangasiwa dahil sa ulap; sapagkat napuno ng kaluwalhatian ng PANGINOON ang bahay ng PANGINOON" (1 Mga Hari 8:11). Dito nagwakas ang Panahon ng Tabernakulo at nagsimula ang Panahon ng Templo.

Sa panalangin para ihandog ang templo sa Diyos, hiniling ni Solomon sa Kanya na patawarin ang Kanyang mga mamamayan kapag humarap sila sa Templo habang nananalangin nang maalab dahil nagdadalamhati sa mga kasalanan nila.

"Pakinggan Mo ang pakiusap ng Iyong lingkod at ng Iyong bayang Israel, kapag sila'y nananalanging paharap sa lugar na ito. Oo, dinggin Mo sa langit na iyong tahanan; dinggin Mo at patawarin." (1 Mga Hari 8:30)

Dahil batid ni Haring Solomon na nalugod ang Diyos sa itinayong templo at naging malaking pagpapala ito, nagkaroon siya ng lakas ng loob na humiling sa Diyos para sa mga kababayan niya. Nang marinig ng Diyos ang panalangin ng hari, sumagot Siya,

At sinabi ng PANGINOON sa kanya, "Narinig ko ang iyong

dalangin at pagsusumamo na iyong sinabi sa harap Ko. Ginawa Kong banal ang bahay na ito na iyong itinayo, at inilagay Ko ang Aking pangalan doon magpakailanman; ang Aking mga mata at ang Aking puso ay mananatili dito" (1 Mga Hari 9:3).

Kaya sa panahon ngayon, kung sasamba sa Diyos ang isang tao nang buong puso, isipan, at katapatan sa banal na santuwaryo kung saan nananahan ang Diyos, makikipagtagpo ang Diyos sa kanya at ibibigay ang mga hinahangad ng puso niya.

3. Pagsambang Makalaman at Pagsambang Espirituwal

Mababasa natin mula sa Biblia na mayroong klase ng pagsamba na hindi tinatanggap ng Diyos. Depende ito sa kalooban ng taong sumasamba. May espirituwal na pagsamba na tinatanggap ng Diyos at mayroong makalaman na pagsamba na tinatanggihan ng Diyos.

Pinalayas si Adan at Eba sa Halamanan ng Eden dahil sa kasalanang ginawa nila, sinaway nila ang utos ng Diyos. Sa Genesis kabanata 4, mababasa natin ang tungkol sa dalawang anak nilang lalaki. Si Cain ang mas matanda at si Abel ang mas bata. Paglaki nila, nagbigay sila sa Diyos ng kanya-kanyang alay. Nagsaka si Cain at nagbigay sa Diyos ng "bunga ng lupa" (talata 3), habang si Abel naman ay nagbigay ng "panganay ng kanyang kawan at ang taba ng mga iyon" (talata 4). Pinahalagahan ng PANGINOON si Abel at ang kanyang alay, at hindi Niya pinahalagahan si Cain at ang kanyang alay (talata 4-5).

Bakit hindi tinanggap ng Diyos ang handog ni Cain? Sa Hebreo 9:22, mababasa natin na ang alay na ibibigay sa Diyos ay dapat handog na dugo na makakapagpatawad sa mga kasalanan, ito ay ayon sa batas ng espirituwal na kaharian. Dahil dito mga alay na hayop tulad ng baka, o tupa ang inihahandog noong panahon ng Lumang Tipan, at si Jesus na Siyang Kordero ng Diyos ang Siyang naging sakripisyong pambayad sa pamamagitan ng pagdanak ng Kanyang dugo sa panahon ng Bagong Tipan.

Sinasabi sa atin ng Sa Mga Hebreo 11:4, "Sa pananampalataya si Abel ay nag-alay sa Diyos ng higit na dakilang handog kaysa kay Cain. Sa pamamagitan nito siya'y pinuri bilang matuwid at ang Diyos ang nagpatotoo sa pamamagitan ng pagtanggap sa kanyang mga kaloob. Patay na siya, gayunma'y nagsasalita pa sa pamamagitan ng kanyang pananampalataya." Sa madaling salita, tinanggap ng Diyos ang alay ni Abel dahil ibinigay niya ang handog na dugo ayon sa kalooban ng Diyos. Hindi tinanggap ang ibinigay na alay ni Cain dahil hindi siya sumunod sa kalooban ng Diyos.

Sa Levitico 10:1-2, mababasa natin ang tungkol kina Nadab at Abihu na naglagay ng "ibang apoy na hindi iniutos ng Diyos" kaya't nilamon sila ng apoy "na lumabas sa harapan ng PANGINOON" at namatay. Mababasa din natin sa 1 Samuel 13 kung paano tinalikuran ng Diyos si Haring Saul ng gawin niya ang tungkulin na dapat gawin ni Propetang Samuel. Bago makipaglaban sa mga Filisteo, nag-alay si Haring Saul sa Diyos nang hindi dumating sa itinakdang bilang ng araw ang Propetang Samuel. Pagdating ni Samuel, nakapag-alay na si Saul. Nagdahilan si Saul na hindi niya pinlano ang ginawa niya, ginawa lang niya ito dahil lumayo na ang mga tao sa kanya. Pinagsabihan ni Samuel si Saul, "Kahangalan ang ginawa mo," at sinabi niya sa hari na tinalikdan na ito ng Diyos.

Sa Malachi 1:6-10, pinagsabihan ng Diyos ang mga anak ng Israel dahil hindi nila ibinigay sa Diyos ang pinakamahusay na maibibigay nila, sa halip, ibinigay nila ang mga bagay na hindi nila kailangan. Sinabi ng Diyos na hindi Niya tatanggapin ang pagsamba na sumusunod lang sa rituwal at hindi taos-puso. Sa kasalukuyang panahon, ang kahulugan nito ay hindi tatanggapin ng Diyos ang makalaman na pagsamba.

Sinasabi sa atin ng Juan 4:23-24 na malugod na tinatanggap ng Diyos ang espirituwal na pagsamba na ihahandog ng mga tao sa Kanya ayon sa espiritu at katotohanan, at bibiyayaan ang mga tao para makamit ang hustisya, awa, at katapatan. Sa Mateo 15:7-9, at 23:13-18, sinasabi sa atin na pinagwikaan ni Jesus ang mga Fariseo at mga eskriba noong panahon Niya dahil mahigpit ang pagsunod nila sa tradisyon na gawa ng mga tao pero hindi sila sumasamba sa Diyos ayon sa katotohanan. Hindi tinatanggap ng Diyos ang pagsambang hindi pinaghandaan ng taong naghahandog.

Ang pagsamba ay dapat ihandog ayon sa mga tuntuning itinatag ng Diyos. Ito ang kaibahan ng Cristianismo sa ibang mga relihiyon kung saan ang mga taga-sunod ay sumasamba para sa sarili nilang benepisyo at kaluguran. Sa isang banda, ang makalaman na pagsamba ay walang kabuluhan dahil pumupunta lang ang isang tao sa santuwaryo at sumasali sa pagsamba. Sa kabilang banda, ang espirituwal na pagsamba ay pagpapakita ng mga anak ng Diyos ng malalim na pagmamahal na nagmumula sa kaibuturan ng puso at pagsama sa pagsamba ayon sa espiritu at katotohan. Ito ay pagpapakita ng pagmamahal sa Amang nasa Langit. Kung may dalawang taong sumamba nang magkasabay sa iisang lugar, pwedeng tanggapin ng Diyos ang pagsamba ng isa sa kanila at tanggihan ang isa, depende ito sa nilalaman ng kanilang puso. Kahit pumunta pa sa santuwaryo ang mga tao para sumamba sa Diyos, walang kabuluhan ito kung sasabihin ng Diyos, "Hindi Ko tinatanggap ang pagsamba mo."

4. Ialay ang Inyong Katawan na Buhay at Banal na Sakripisyo

Kung ang layunin ng buhay ninyo ay para luwalhatiin ang Diyos, dapat nating ituon ang buhay natin sa pagsamba. Sambahin natin Siya sa bawat sandali ng buhay natin. Ang tinatanggap ng Diyos na buhay at banal na handog, ang pagsamba sa espiritu at katotohanan, ay hindi natutupad kung dadalo kayo sa pagsamba tuwing Linggo, isang beses sa isang linggo habang ginugugol ang Lunes hanggang Sabado sa pansariling mga gusto at pangangailangan. Tinawag tayo para sumamba sa Diyos sa lahat ng oras at sa lahat ng lugar.

Pagpapatuloy ng pagsamba ang pagpunta sa iglesya tuwing Linggo. Ang buhay ng isang mananampalataya ay dapat gamitin sa espirituwal na pagsamba sa Diyos dahil ang pagsambang hiwalay sa buhay ng tao ay hindi tunay na pagsamba. Hindi lang dapat tayo naghahandog ng kalugudlugod na pagsamba sa isang santuwaryo ayon sa tamang proseso at kahulugan nito, dapat din tayong magsulong ng banal at malinis na buhay sa pamamagitan ng pagsunod sa mga kautusan ng Diyos sa buhay natin bawat araw.

Sinasabi sa atin ng Mga Taga-Roma 12:1, "Kaya nga, mga kapatid, isinasamo ko sa inyo, alang-alang sa mga kahabagan ng Diyos, na inyong ialay ang inyong mga katawan na isang handog na buhay, banal, na kasiya-siya sa Diyos, na siya ninyong makatuwirang paglilingkod." Tulad ni Jesus na nagligtas ng sangkatauhan dahil isinakripisyo Niya ang katawan Niya, nais ng Diyos na ibigay din natin ang katawan natin bilang buhay at banal na alay.

Bukod sa nakikitang templo, bawat isa sa atin ay templo ng Diyos dahil ang Banal na Espiritu na Siya ring Diyos ay nananahan sa puso natin (1 Mga Taga-Corinto 6:19-20). Dapat tayong magpanibago bawat araw ayon sa katotohanan at magsikap para maging banal. Kung ang Salita, panalangin, at papuri ay umaapaw sa puso natin, at gagawin natin ang lahat ng bagay bilang pagsamba sa Diyos, ibinibigay natin ang ating buhay bilang buhay at banal na alay na kalulugdan ng Diyos.

Bago ko makatagpo ang Diyos punung-puno ako ng sakit, parang walang pag-asa ang buhay ko. Dahil pitong taon akong naratay sa kama dahil sa karamdaman, napakalaki ng utang ko sa ospital at mga gamot. Naghirap ako. Pero nagbago ang lahat ng makatagpo ko ang Diyos. Pinagaling Niya agad ang lahat ng karamdaman ko at nagsimula ako ng bagong buhay.

Dahil lubos ang pagkamangha ko sa pagpapala Niya, minahal ko Siya nang higit sa lahat. Kapag araw ng Panginoon, gumigising ako ng madaling araw, naliligo, at nagsusuot ng malinis at mabangong damit. Kahit sandali ko lang ginamit ang medyas ko sa araw ng Sabado, hindi ko na isusuot ito sa pagpunta sa iglesya kinabukasan. Isinusuot ko ang pinakamalinis at pinakamaayos na damit.

Hindi ko sinasabing dapat nakabihis ng mga uso o mamahaling damit ang mga mananampalataya kapag sumasamba sa iglesya. Kung tunay na nagtitiwla at nagmamahal sa Diyos ang isang mananampalataya, natural lang sa kanya na paghandaan ang pagharap sa Kanya para luwalhatiin Siya. Kahit hindi niya kayang bumili ng mga mamahaling damit, makakapaghanda ang lahat ng isusuot ayon sa makakaya nila.

Sinisigurado ko na bago ang perang ikinakaloob ko; kapag nakakuha ako ng 'malutong' na perang papel, itinatabi ko ito para ipangkaloob. Kahit may biglaang pangangailangan, hindi ko ginagalaw ang perang inilaan ko para sa kaloob. Batid natin na kahit noong panahon ng Lumang Tipan, kahit may iba't ibang antas ayon sa kalagayan ng isang tao, naghahanda ang bawat mananampalataya bago humarap sa pari. May tahasang itinuro ang Diyos sa atin tungkol dito sa Exodo 34:20, "Walang lalapit sa harapan Ko na walang dala."

Natutuhan ko sa isang pastor (revivalist), na dapat palaging may nakalaan (malaki man o maliit) para sa paghahandog sa bawat pagsamba. Kahit nahihirapan kaming mag-asawa sa pagbabayad ng interes ng utang namin sa perang kinikita namin, ni minsan hindi sumama ang loob namin sa pagbibigay ng kaloob ni nanghinayang sa perang inihandog. Bakit kami manghihinayang kung ang perang ibinigay namin ay gagamitin para sa kaligtasan ng mga kaluluwa, at para sa kaharian ng Diyos, at para sa katuparan ng katuwiran Niya?

Dahil nakita ng Diyos ang katapatan namin, biniyayaan Niya kami sa panahong pinili Niya para mabayaran ang napakalaking pagkakautang namin. Sinimulan kong hilingin sa Diyos na gawin Niya akong mabuting elder na makapagbibigay ng tulong na pinansyal sa mahihirap, makapag-alaga ng mga ulila, mga balo, at mga may karamdaman. Pero, hindi ko inasahan, hinirang Niya ako bilang pastor, at tinulungan ako para mamuno sa napakalaking iglesya para makapagligtas ng napakaraming kaluluwa. Kahit hindi ako naging elder, nakatulong ako sa maraming tao at nabigyan ng kapangyarihang magpagaling ng maysakit. Malayo ang mga ito sa mga bagay na idinalangin ko.

5. "Hanggang si Cristo ay Mabuo sa Inyo"

Tulad ng mga magulang na nagtatrabho ng mabuti para mapakain at mapalaki ang mga anak nila pagkatapos ipanganak ang mga ito, kailangan din ng masipag na pagtatrabaho, pagsisikap, at sakripisyo sa pag-aalaga at paggabay sa mga kaluluwa patungo sa katotohanan. May pahayag si Apostol Pablo sa Galacia 4:19 tungkol dito, "Minamahal kong mga anak, na para sa inyo ay muli akong nakakaranas ng hirap ng panganganak hanggang si Cristo ay mabuo sa inyo."

Dahil batid ko ang kalooban ng Diyos na nagpapahalaga sa bawat kaluluwa nang higit pa sa kahit na anong bagay sa sansinukob at naghahangad na maligtas ang lahat ng tao, ako din ay nagsisikap na makapagdala ng kahit isa pang kaluluwa sa daan patungo sa kaligtasan hanggang makarating ito sa Bagong Jerusalem. Sa pagsisikap kong dalhin ang pananampalataya ng mga miyembro ng iglesya sa "sukat ng ganap na kapuspusan ni Cristo," (Efeso 4:13) nananlangin at naghahanda ako ng mga mensahe bawat oras at pagkakataong makikita ko. Kahit kung minsan, gusto kong tumabi at makiupo sa mga miyembro ng iglesya para makipagsaya at makipag-usap, bilang pastol na may tungkulin na pamunuan ang kawan sa tamang paraan, pinigilan ko ang sarili ko, dahil dapat kong harapin ang tungkulin na ibinigay sa akin ng Diyos.

Mayroon akong dalawang bagay na hinahangad para sa bawat mananampalataya. Una, hindi ko lang nais na maligtas ang mga mananampalataya, nais kong manahan sila sa Bagong Jerusalem, ang pinakamaluwalhating lugar sa Langit. Pangalawa, nais kong makawala sa kahirapan ang mga mananampalataya at mabuhay sa kasaganahan. Habang sumasailalim sa pagpapasigla ang iglesya at dumarami ang mga miyembro, lumalaki din ang bilang ng mga miyembrong binibigyan ng tulong pampinansyal at pinapagaling mula sa mga karamdaman. Ibig sabihin, hindi madaling sabihin kung ano ang mga pangangailangan ng bawat isang miyembro ng iglesya at bigyan ng solusyon ang mga ito.

Napakabigat para sa akin na makitang nagkakasala ang mga mananampalataya. Ito ay sapagkat kapag nagkasala sila, lumalayo sila sa Bagong Jerusalem. At pinakamalala pa, baka hindi na sila maligtas. Tatanggapin ng isang mananampalataya ang mga kasagutan at paggaling sa pisikal at espirituwal kung bubuwagin nila ang pader ng kasalanan sa pagitan nila ng Diyos. Habang nakakapit ako sa Diyos para sa mga mananampalatayang nagkasala, hindi ako nakatulog, nilabanan ko ang pangingisay ng katawan ko, umiyak ako, nanghina, at nagsagawa ng hindi mabilang na oras at araw ng pag-aayuno at pananalangin.

Sa pagtanggap ng Diyos ng mga handog na ito sa hindi mabilang na pagkakataon, nagpakita ng awa ng Diyos sa mga tao, kahit sa mga hindi karapat-dapat maligtas, ibinigay sa kanila ang espiritu ng pagsisisi, para makapagsisi sila at maligtas. Pinalawak din ng Diyos ang pintuan ng kaligtasan para mas maraming tao sa buong mundo ang makarinig ng ebanghelyo ng kabanalan at tanggapin ang pagpapakita ng kapangyarihan ng Diyos.

Kapag nakikita ko na maraming mananampalataya ang lumalago sa katotohanan, malaking kasiyahan ang nadadama ko bilang pastor. Kung ibinigay ni Jesus ang Kanyang sarili bilang mabangong samyo para sa Diyos (Efeso 5:2), sumusulong din ako para ialay ang bawat aspeto ng buhay ko bilang buhay at banal na sakripisyo para sa Diyos para sa kaharian Niya at sa mga kaluluwa.

Kapag pinaparangalan ng mga anak ang kanilang mga nanay o tatay (o mga magulang), at pinasasalamatan ang mga ito, hindi masusukat ang kasiyahang idudulot nito sa kanila. Kahit hindi nila gaanong gusto ang ibinigay na regalo sa kanila ng mga anak, nalulugod pa rin sila dahil nagmula ito sa mga anak nila. Tulad nito, kapag naghandog sa Diyos ng pagsamba ang mga anak Niya na buong-pusong pinaghandaan dahil sa pagmamahal sa Kanya, matutuwa Siya, magbibigay Siya ng mga pagpapala.

Wala dapat ni isang mananampalataya ang magsulong ng buhay na walang ingat sa buong isang linggo at biglang magpapakita ng katapatan pagdating ng Linggo! Sinabi ni Jesus sa bawat isang mananampalataya sa Lucas 10:27 na mahalin ang Diyos nang buong puso, kaluluwa, kalakasan, at pag-iisip, at ialay ang katawan na isang handog na buhay at banal bawat araw ng kanilang buhay. Sa pamamagitan ng pagsamba sa Diyos sa espiritu at katotohanan at pag-alay sa Kanya ng mabangong samyo ng puso ninyo, nawa'y tanggapin at tamasahin ng bawat isangmananampalataya ang mga biyayang inihanda ng Diyos para sa kanila.

Ang May-akda
Dr. Jaerock Lee

Si Dr. Jaerock Lee ay ipinanganak sa Muan, probinsya ng Jeonnam, Republika ng Korea noong 1943. Noong dalawampung taong gulang siya, nagdusa siya sa iba't ibang karamdamang walang lunas sa loob ng pitong taon, naghintay na lang ng kamatayan dahil nawalan na siya ng pag-asang gumaling. Gayon pa man, isang araw sa tagsibol ng 1974, niyaya siya sa isang iglesya ng kapatid niyang babae at nang lumuhod siya para manalangin, agad siyang pinagaling mula sa lahat ng mga karamdaman niya ng buhay na Diyos.

Magmula nang nakilala ni Dr. Lee ang buhay na Diyos sa kamangha-manghang karanasang iyon, inibig na niya ito ng buong puso at katapatan. Noong taong 1978, tinawag siya para maging lingkod Niya. Maalab siyang nanalangin para lubos niyang maunawaan ang kalooban ng Diyos, ganap itong tuparin at sundin ang lahat ng Salita Niya. Noong taong 1982, itinatag niya ang Manmin Central Church sa Seoul, Korea at nagsimulang maganap sa iglesyang ito ang hindi mabilang na mga pagkilos ng Diyos, kasama na ang mga kahima-himalang mga paggaling at kababalaghan.

Noong taong 1986, itinalaga si Dr. Lee bilang pastor sa Annual Assembly of Jesus' Sungkyul Church ng Korea, at pagkatapos ng apat na taon, noong 1990, ang mga sermon niya ay sinimulan na isahimpapawid sa Australia, Russia, Pilipinas at marami pang iba, sa pamamagitan ng Far East Broadcasting Company, ng Asia Broadcast Station, at ng Washington Christian Radio System.

Pagkatapos ng tatlong taon, noong 1993, hinirang ang Manmin Central Church bilang isa sa "Limampung Nangungunang Iglesya sa Buong Mundo" ng Christian World magasin ng US at ginawaran siya ng Honorary Doctorate of Divinity mula sa Christian Faith College, Florida, USA, at noong taong 1996, isang Ph. D. sa Pagmiministeryo mula sa Kingsway Theological Seminary, Iowa, USA.

Mula noong taong 1993, nanguna si Dr. Lee sa pagmimisyon sa buong mundo sa maraming krusada sa ibang bansa tulad ng Tanzania, Argentina, L.A., Lungsod ng Baltimore, Hawaii, at Lungsod ng New York sa USA, Uganda, Japan, Pakistan, Kenya, Pilipinas, Honduras, India, Russia, Germany, Peru, Demokratikong Republika ng Congo, Israel, at Estonia.

Noong taong 2002, binansagan siyang "worldwide pastor" (pang-buong mundong pastor) ng malalaking pahayagang pang-Cristiano sa Korea dahil sa mga gawain niya sa iba't ibang malalaking krusada ng pagkakaisa sa ibang bansa. Tulad ng krusada niya sa pinakatanyag na arena sa buong mundo ang Madison Square Garden sa New York noong taong 2006. Ang okasyong ito ay naibrodkast sa 220 bansa at ang krusada ng pagkakaisa niya sa Israel noong taong 2009 na idinaos sa International Convention Center (ICC) sa Jerusalem kung saan matapang niyang idineklara na Jesu-Cristo ang Mesyas at Tagapagligtas.

Ang mga sermon niya ay ibinobrodkast sa 176 mga bansa sa pamamagitan ng satellite at GCN TV. Nakasama rin siya sa listahan ng sampung pinakamaimpluwensyang Cristianong lider noong taong 2009, at noong taong 2010 ng popular na pang-Cristianong magasin sa Russia na In Victory at ng ahensya ng pagbabalita na Christian Telegraph dahil sa kanyang makapangyarihang ministeryo ng pagbobrodkast sa telebisyon at pagpapastor ng mga iglesya.

Sa buwan ng Mayo 2013, mayroon nang 120,000 miyembro ang Manmin Central Church. Mayroong 10,000 sangay na iglesya sa buong mundo, kasama na ang 56 lokal na iglesya, at mahigit sa 129 misyonero ang ipinadala sa 23 bansa tulad ng Estados Unidos, Russia, Germany, Canada, Japan, China, France, India, Kenya, at marami pang iba.

Habang tinatapos ang librong ito, nakapagsulat na si Dr. Lee ng 87 libro, kasama na ang popular na Tasting Eternal Life before Death, My Life My Faith I at II, The Message of the Cross, The Measure of Faith, Heaven I at II, Hell, Awaken Israel!, at The Power of God. Ang mga ito ay isinalin na sa 75 na wika.

Ang mga artikulo niya ay lumalabas sa Hankook Ilbo, The JoongAng Daily, The Chosun Ilbo, The Dong-A Ilbo, The Munhwa Ilbo, The Seoul Shinmun, The Kyunhyang Shinmun, The Hankyoreh Shinmun, The Korea Economic Daily, The Korea Herald, The Shisa News, at The Christian Press.

Si Dr. Lee ay kasalukuyang namumuno sa maraming samahan at kapisanan na may kinalaman sa pag-mimisyon. Siya ay: Tagapangulo, The United Holiness Church of Jesus Christ; Pangulo, Manmin World Mission; Permanenteng Pangulo, The World Christianity Revival Mission Association; Tagapagtatag, Manmin TV; Tagapagtatag at Tagapangulo ng Lupon, Global Christian Network (GCN); Tagapagtatag at Tagapangulo ng Lupon, World Christian Doctors Network (WCDN); at Tagapagtatag at Tagapangulo ng Lupon, Manmin International Seminary (MIS).

ba pang makapangyarihang mga aklat ni Dr. Lee:

Langit I & II

Detalyadong paglalarawan ng napakaringal na tahanan na matatamasa ng mga tao sa langit at ang napakagandang mga antas ng kaharian ng langit.

Ang Mensahe ng Krus

Makapangyarihang mensahe para sa lahat ng taong espirituwal na natutulog! Sa aklat na ito makikita ang dahilan kung bakit si Jesus ang tanging Tagapagligtas at ang tunay na pag-ibig ng Diyos.

Impierno

Isang madamdaming mensahe sa lahat ng nilalang mula sa Diyos, na may kahilingang wala sanang mapahamak na kaluluwa patungo sa kalaliman ng Impierno! Iyong madidiskubre ang hindi pa naihahayag na nakaraan na talaan ng nakapangingilabaot na katotohanan ng Mababang Libingan at Impierno.

Ang Sukat ng Pananampalataya

Anong uri ng tahanan, korona at mga gantimpala ang nakalaan sa iyo sa langit? Ang aklat na ito ay nagbibigay ng karunungan at gabay sa iyo para sukatin ang iyong pananalig at pagyamanin ang pinakamabuti at pinakaganap na pananalig.

Buhay Ko, Pananalig Ko I & II

Napakabangong espirituwal na samyo na kinatas sa buhay na umusbong sa walang kaparis na pagmamahal para sa Diyos, sa gitna ng madidilim na alon, malamig na pamatok at ang pinakamalalim na desperasyon.

Ang Kapangyarihan ng Diyos

Ang higit na binabasa na nagsisilbing gabay na kung saan ang isa ay makapang-hahawak ng tunay na pananampalataya at maranasan ang kahanga-hangang kapangyarihan ng Diyos.

www.urimbooks.com